मर्म यशाच्या सिद्धांताचे

THE ESSENCE OF
LAW OF SUCCESS

NOW IN
MARATHI

मर्म यशाच्या सिद्धांताचे

THE ESSENCE OF LAW OF SUCCESS

NOW IN MARATHI

जीवनाकडून हवे ते मिळविण्याची सतरा जादुई तत्त्वे

नेपोलियन हिल

जयको पब्लिशिंग हाऊस

अहमदाबाद बँगलोर चेन्नई

दिल्ली हैदराबाद कोलकाता मुंबई

Published by Jaico Publishing House
A-2 Jash Chambers, 7-A Sir Phirozshah Mehta Road
Fort, Mumbai - 400 001
jaicopub@jaicobooks.com
www.jaicobooks.com

Published in arrangement with
The Napoleon Hill Foundation
1 College Avenue, Wise
Virginia 24293, USA

To be sold only in India, Bangladesh, Bhutan,
Pakistan, Nepal, Sri Lanka and the Maldives.

THE ESSENCE OF LAW OF SUCCESS
मर्म यशाच्या सिद्धांताचे
ISBN 978-81-8495-371-8

Translator: Rajesh Chandrakant Ajgaonkar

First Jaico Impression: 2012
Second Jaico Impression: 2019

Printed by
Parksons Graphics Pvt. Ltd., Mumbai

अनुक्रमणिका

प्रास्ताविक

चेस्टर ए. आर्थर यांच्या उत्कर्षाच्या काळात जन्मलेल्या माणसाला सध्याच्या काळात ज्याला 'यश' असे संबोधिले जाते, त्याबद्दल काय बरं सांगावयाचे असेल? एकविसाव्या शतकात रहाणाऱ्या माणसांसाठी नेपोलियन हिल हे एक उत्तम मार्गदर्शक कसे ठरतात? आधुनिक काळात यशाच्या प्राप्तीसाठी जो संघर्ष करावा लागतो, त्यावर टी–फोर्ड मॉडेलच्याही पंचवीस वर्ष आधी जन्मलेली व्यक्ती कशी बरं प्रकाश टाकू शकते?

एकशेवीस वर्षांच्याही आधी, व्हर्जिनीया प्रांतातल्या एका शेतकऱ्याच्या घरी जन्मलेल्या या मुलाच्या लिखाणावर, आज प्रत्येक अग्रगण्य देशातील लाखो लोकांच्या यशप्राप्तीच्या योजना आधारलेल्या असतात. खरंच, या व्यक्तीशी व तिच्या संकल्पनांशी मैत्री होईपर्यंत तरी, या सर्वसामान्य वातावरणात वाढलेल्या व्यक्तीचा इतका प्रचंड प्रभाव पडू शकतो व अक्षयपणे टिकून राहू शकतो, ही एखादी दंतकथाच वाटत रहाते.

नेपोलियन हिल हे एक सिध्दहस्त लेखक होते. केवळ डझनभर पुस्तकेच नव्हेत, तर त्यांनी न्युयॉर्क आणि शिकागो येथून प्रकाशित होणाऱ्या अनेक मासिकांसाठी लेखन व संपादन केले आहे. चाळीस वर्षांच्या कालावधीत त्यांनी अमेरिकेत अनेक व्याख्याने दिली. त्यांच्यावर लघुपटही निघाला आणि अनेक वृत्तपत्रांनी व मासिकांनी त्यांच्यावर लेखही लिहिले. आपला श्रोतृवर्ग त्यांना गवसला होता आणि त्यांच्या पचनी पडेल असे विपुल साहित्य त्यांनी निर्मिले. पण इतकी सारी वाङ्मयसंपदा हे त्यांच्या

प्रभावाचे केवळ लक्षण आहे कारण नव्हे! ते अवरित लिहित राहिले, कारण लोकांना ते त्यांच्याकडून ऐकावेसे वाटत राहिले.

'यशाची गमके' या विषयावर, आपल्या वीस-एक वर्षांच्या संशोधनावर आधारीत अशा काही संकल्पना नेपोलियन हिल यांनी मांडल्या आहेत. ज्यांनी अवघ्या जगावर प्रभाव टाकला अशा महान व्यक्तींच्या मुलाखती त्यांनी घेतल्या. जे आवडते ते करण्यास मिळाल्यामुळे ज्या व्यक्ती अखंड विश्वात आदरास पात्र ठरल्या, त्यांच्याशी त्यांनी संवाद साधला. या संशोधनादरम्यान ते अशा व्यक्तींनाही भेटले ज्यांना त्यांच्या कार्यात अपयश आले. मानवी स्वभावाचा आणि या यशापयशी आयुष्यांचा गाढ अभ्यास करून त्यांनी, यशाच्या तत्त्वज्ञानाची बैठक मांडली, दृढ केली.

हा दृष्टीकोन नवा होता. हे जग कसे चालते, याबद्दल आपले आडाखे बांधून, स्वत:लाच ते पटवून देण्याची परंपरा फार जुनी आहे. पण प्लॅटो किंवा डेस्कार्टस अथवा जॉन स्ट्युअर्ट मिल यांच्याप्रमाणे नेपोलियन हिल यांनी, योग्य किंवा बरोबर ते काय? या प्रश्नापासून सुरूवात करून नंतर त्या सिद्धांताभोवती माणुसकीच्या आपल्या कल्पना गुंफण्याचा उफराटा कारभार केला नाही. एखादी व्यक्ती कशामुळे यशस्वी झाली? या प्रश्नापासून सुरूवात करून, काळजीपूर्वक अभ्यासाअंती त्यांनी यशप्राप्तीचा असा ढाचा बनविला, जो यशाची कास धरणाऱ्या प्रत्येक अभ्यासकास अनुकरणीय झाला आहे.

या मार्गावर चालणारे नेपोलियन हिल काही पहिलेच पथिक नव्हते. निकोलो माशिवेली यांचा 'द प्रिन्स' हा राज्यशास्त्रासंबंधी अत्यंत प्रसिध्द असा ग्रंथ आहे. त्यातील काकदृष्टीने मांडलेल्या पुरोगामित्वाचे पूजन आणि खंडनही, पार चौदाव्या शतकापासून चालत आलेले आहे. परंतु माशिवेलीप्रमाणे नेपोलियन हिल यांना राजकारणाशी नव्हे, तर व्यक्तीगत विकासाशी देण-घेणे होते. तसेच त्यांचे निष्कर्षही कठोर नव्हते, तर प्रेरीत करणारे होते. त्यांना असे आढळले होते की, प्रत्येक यशस्वी व्यक्ती ही अधिक जास्त यशाची निर्मिती करते. तसेच आनंदी व संतुष्ट रहाण्यामुळे अधिक आनंदाची व तुष्टतेची निर्मिती होते.

विसाव्या शतकाच्या पुर्वार्धात प्रचलित असलेल्या सर्व संकल्पनांशी विसंगत अशी ही कल्पना होती. युरोपामधून कम्युनिझमचे वारे वहात होते. रेलरस्त्यांचा वापर करून, स्वत:चे उखळ पांढरे करून प्रतिस्पर्ध्यांचा बिमोड करण्याऱ्या भांडवलशहांची

आठवण अजूनही अमेरीकेच्या मनात ताजी होती. शेअर्समध्ये सट्टा खेळून अमर्याद संपत्ती कमावणाऱ्या आणि गमावणाऱ्या जेम्स फ्रिस्क सारख्या माणसाची अखेरीस एका युवतीसंबंधातील झगड्यावरून हत्या करण्यात आली होती. यश म्हणजे कसलाही विधिनिषेध न बाळगता दुसऱ्याला पिळून काढून मिळविली जाणारी गोष्ट अशी एक समाजधारणा झाली होती. सर्व रस पिळून काढल्यावर उरलेली चिपाडं सैतानासाठी, अशी ही कल्पना! चार्लस डार्विनचा उत्क्रांतीचा सिध्दांतही क्रुरपणे हेच बजावत होता की केवळ सुदृढ व सबलांचीच ही दुनिया आहे! म्हणजे केवळ मुठभर मंडळींचीच अखेर भरभराट होईल आणि इतर अगणित जनतेची, त्या क्रुरकर्म्यांच्या स्वप्नांच्या होमात आहूती पडत राहील.

एका अर्थाने नेपोलियन हिल यांनी एका सर्वसामान्य अमेरिकन व्यक्तीच्या स्वप्नांची मुहूर्तमेढ रोवली. दूरदृष्टीने व कष्टाने तुम्ही तुमच्या भविष्यात परीवर्तन करू शकता. त्यांच्या कल्पना केवळ विशिष्ट घटकासाठी उपयोगी नव्हत्या. एखादा विक्रेता, शिक्षक, धर्मगुरू किंवा अभियांत्रिक सुध्दा हिल यांच्या विचारसरणीचा वापर करून प्रगती साधु शकत होता आणि अर्थातच, अनेक दशकांनंतर अगदी आजही तशी प्रगती साधु शकतो !

'मर्म यशाच्या सिध्दांताचे' हे पुस्तक खरे तर १९३० साली 'द मॅजिक लॅडर टू सक्सेस' या मूळ नावाने प्रसिध्द झाले होते. 'द लॉ ऑफ सक्सेस' या हिल यांच्या अत्यंत प्रसिध्द पुस्तकाची ती सारांश केलेली आवृत्ती होती. 'द लॉ ऑफ सक्सेस' हे पुस्तक सतत छापले जात होते. पण त्याच्या सावलीत 'मर्म यशाच्या सिद्धांताचे' अगदी झाकोळून गेले होते. डॉ. हिल यांचे यशाचे तत्त्वज्ञान किती उपयुक्त व महत्त्वाचे आहे, हे विषद करण्यासाठी नेपोलियन हिल फाउंडेशनने 'मर्म यशाच्या सिद्धांताचे' या पुस्तकाचे प्रयोजन केले आहे.

१९९० सालापासून नेपोलियन हिल यांच्या इतर पुस्तकांच्या सुधारित आवृत्ती वेळोवेळी प्रकाशित होत आहेत. या सुधारित आवृत्यांमध्ये जुन्या उदाहरणांच्या ऐवजी नवीन संदर्भांचा वापर केलेला आहे. उदाहरणार्थ, जॉन वॉनमेकर आणि डब्ल्यू. आर. रिंगलेंची जागा बिल गेटस् आणि मेरी के. ॲश यांनी घेतलेली आहे. विज्ञान क्षेत्रातील उपमांचा डॉ. हिल यांनी केलेला वापर बदलल्यामुळे 'इथर' वरून चर्चेचा ओघ आता तंतू सिध्दांत (स्ट्रींग थेअरी) कडे वळलेला आहे. महिला व अल्पसंख्यांचा आपल्या श्रोतृवर्गात झालेला समावेश पाहून डॉ. हिलना अपरिमित आनंद झाला असता. हे सर्व

बदल करण्याचा एकमेव उद्देश एवढाच की यशाचे तत्त्वज्ञान जेव्हा सर्वप्रथम कागदावर उतरविले गेले तेव्हापासून अगदी आजवर, दीर्घकाळ, शाश्वतपणे टिकून ते तेवढेच प्रभावी देखील राहिले आहे.

तरीदेखील हे सुध्दा तितकेच खरे आहे की नेपोलियन हिल यांच्या मूळ पुस्तकांचा अभ्यास करणाऱ्या वाचकाला आधुनिक आवृत्यांच्या पलीकडील अशा काही बाबींचा नक्कीच साक्षात्कार होतो. मानवी समाजातील प्रगतीच्या झेपेबद्दलची डॉ. हिल यांची दूरदृष्टी व ती किती अचूकपणे आज सत्यात उतरलेली दिसते याचा दिव्य अनुभव, मूळ पुस्तकांच्या वाचकाला प्राप्त होतो. तंत्रज्ञान विषयक अशी त्यांची भाकिते वाचताना तर आपण थक्क होऊन जातो. नव्या आस्थापनांसाठी त्यांना ज्या संधी दिसल्या, त्या तर आजही वापरल्या जात आहेत. आणि सर्वात महत्त्वाचे म्हणजे त्यांच्या संकल्पना अमेरीकन मनांत सद्सद्विवेकबुध्दीच्या आत, खोलवर अशा काही रूजल्या आहेत की त्यांचा अविष्कार, आधुनिक प्रेरक लेखन, कला, सामाजिक विज्ञान अशा सर्वच क्षेत्रात प्रतिबिंबित झालेला दिसतो.

नेपोलियन हिल यांच्या कल्पना आजही किती उपयुक्त व प्रभावी आहेत याचा अभ्यास करण्यासाठी हे छोटेसे पुस्तक खूप मोठी संधी उपलब्ध करून देते. डॉ. हिल यांचा उदोउदो करण्याचा यात हेतू नाही. परंतु आपल्या स्वप्नांच्या मागे धावणाऱ्या आणि त्यासाठी डॉ. हिल यांचे तत्त्वज्ञान वापरू इच्छिणाऱ्या मंडळींना मदत व्हावी, हा यामागचा प्रांजळ हेतू आहे. सतरा तत्त्वांशी तोंड ओळख असणाऱ्या वाचकांना, यशस्वी आयुष्याच्या घडवणुकीसाठी 'कल्पकता' या साधनाचे काय महत्त्व आहे हे नक्कीच ओळखता येईल. 'मर्म यशाच्या सिध्दांताचे' या पुस्तकाच्या आवृत्तीचा हेतू हाच की डॉ. हिल यांच्या कल्पनांचा संदर्भ व शक्ती यांची शिदोरी घेऊन, व्यक्तिला आपल्या स्वत:च्या आयुष्याचा शोध घेण्यासाठी एक आरंभबिंदू निर्माण करून दयावा!

आम्ही तुम्हाला चेतवू, तुम्हाला विचार करण्यास प्रवृत्त करू. तुम्हाला तार्कीकदृष्ट्या योग्य अशी कारणमिमांसा करायला लावू. योग्य संधानं जुळविण्यासाठी धडपड करायला लावू आणि तुमची जुनी गृहितके पुन्हापुन्हा तपासायला लावू. असेच कुठले तरी पुस्तक तुम्ही खरेदी केलेले नाही. तुम्ही असे एक पुस्तक विकत घेतलेले आहे, ज्यामध्ये तुमच्याकडील नेपोलियन हिल यांच्या इतर प्रत्येक पुस्तकाचे मोल अनंतगुणित करण्याची जबरदस्त क्षमता आहे.

परंतु हे तेव्हाच घडेल, जेव्हा तुम्ही यापुढील संवादात मनापासून सहभागी व्हाल! विचारला गेलेला प्रत्येक प्रश्न आणि मांडलेला प्रत्येक मुद्दा तुमच्या कल्पकतेला इंधन पुरवेल आणि तुमच्यामधील यशप्राप्तीचे स्फुल्लिंग चेतवेल. मात्र ज्याने ऐकणंच बंद केलेलं आहे, त्याच्यासाठी नेपोलियन हिल यांच्याकडे सांगण्यासारखं काहीच नाही. तुम्ही अगदी कान टवकारून त्यांनी सांगितलेल्या नव्या मार्गाबद्दल ऐकावं, अशी आमची इच्छां आहे.

नेपोलियन हिल यांचे इतर कोणतेही पुस्तक तुम्ही वाचले असेल, त्यापेक्षा हे पुस्तक खुप वेगळे आहे. आणि जरी तुम्ही त्यांचे एकही पुस्तक आजवर वाचलेले नसेल, तरी या माणसाबद्दल व त्यांच्या कल्पनांबद्दल अधिकाधिक जाणून घेण्यासाठी हे पुस्तक वाचल्यावर तुम्ही अगदी उताविळ व्हाल. पण खरं सांगायचं तर या पुस्तकाचं यश काही तुम्ही नेपोलियन हिल यांचे इतर साहित्य वाचण्यात नाही. त्यांच्या कल्पना वापरून आपल्या आयुष्यात तुम्ही परिवर्तन घडवून आणू शकलात, तरच खऱ्या अर्थाने हा प्रयोग यशस्वी झाला असे म्हणता येईल.

काय तर मग? आहात का या प्रवासासाठी पूर्णपणे तय्यार ?

पुस्तकाची कार्यपध्दती

'मर्म यशाच्या सिध्दांताचे' या पुस्तकाच्या नव्या आवृत्तीमध्ये मुळ पुस्तकातील उतारे व त्यावरील भाष्य यांच्या संयोगाने, तुम्हाला नेपोलियन हिल यांच्या संकल्पनांवर विचार करण्यास प्रवृत्त करण्याचा प्रयत्न केलेला आहे. प्रत्येक अध्यायाच्या सुरुवातीस ज्या संकल्पनेवर चर्चा करण्यात येणार आहे, तिचा गोषवारा मांडण्यात आलेला आहे. नेपोलियन हिल यांच्या कल्पना ज्यांच्यासाठी नव्या आहेत, त्यांना या सारांशामुळे फायदा होईल.

डॉ. हिल यांच्या संकल्पनांशी जे सुपरिचित आहेत त्यांना हे सारांश ओलांडून पुढे जाण्याची जरूर इच्छा होईल, पण आम्ही त्यांना सावधान करू इच्छितो. महत्त्वाचे सिध्दांत ठिकठिकाणी अधोरेखित केले जातील. विचारांमध्ये प्रगल्भता आणली जाईल. सतरा तत्त्वांचा योग्य त्या पध्दतीने वापर करण्यासाठी हे सारे फार गरजेचे आहे. म्हणून फार घाई नाही बरी! काही ठिकाणी आम्ही एखादा मुद्दा विस्ताराने मांडण्यासाठी किंवा मूळ पुस्तकात डॉ. हिल यांनी न मांडलेला एखादा मुद्दा स्पष्ट करून सांगण्यासाठी नेपोलियन हिल यांच्या इतर साहित्यामधील उतारेही वापरणार आहोत. या पुस्तकाच्या प्रकाशनानंतरही जवळजवळ तीस वर्षे डॉ. हिल यांनी अनेक व्याख्याने दिली व पुष्कळ लेखनही केले. 'मर्म यशाच्या सिध्दांताचे' अवतरल्यानंतर त्यांनी व्यक्तीगत पातळीवर खूप यशापयश अनुभवले आणि लोक यशाची प्राप्ती कशी करतात याचे अनुभव पाहिल्यामुळे त्यांची दृष्टी अधिक संपन्न झाली.

एक ध्यानी असू द्या की या पुस्तकातील मजकुराची पध्दती वेगळ्या जमान्यातील आहे. जे वाचले गेले आहे ते पक्के करण्यासाठी तेव्हा पुनरुक्तीचा वापर केला जाई. गद्य ससाळपणे मांडले जाई. शुध्दलेखनाचे नियमही किंचित वेगळे असत.

स्त्री आणि पुरुषांसाठी वेगवेगळी सर्वनामे तेव्हा प्रचलित नव्हती. 'विक्रेता' असा शब्द जेव्हा डॉ. हिल वापरतात, तेव्हा त्यांना 'विक्रेती' अभिप्रेत नव्हती किंवा महिलांना या कल्पनांपासून काहीच शिकण्यासारखे नाही असा अर्थ बिलकुल काढू नये. त्यांच्या लेखांमध्ये यशस्वी महिलांच्या योगदानाबद्दल अनेकवार लिहीले जाई. स्त्रियांच्या कल्पकतेबद्दल डॉ. हिल यांना आदर होता आणि त्यांच्या वाचकांसही तो असावा.

तुम्हाला कदाचित असेही आढळून येईल की यश म्हणजे काय व ते कसे प्राप्त करावे याबद्दलच्या तुमच्या कल्पनांमध्ये डॉ. हिल यांची उदाहरणे आणि त्यांच्या सूचना बिलकूल बसत नाहीत. आमचा उद्देश फक्त एवढाच आहे की डॉ. हिल यांच्या कल्पनांची व्याप्ती तुम्हाला समजून यावी. जर एखादी कल्पना वाचून तुम्हाला वाटले – ''छे, मी हे असे करणार नाही.'' तर ठीक आहे ! तुम्ही तुमच्या महत्त्वाकांक्षेच्या दिशेने योग्य वाटचाल करत असाल तर येथे जे वाचाल त्याकडे खुशाल दुर्लक्ष करा. यशाचा काही एकच राजमार्ग नाही. पण हे ध्यानी असुद्या की आम्ही काही तुम्हाला यशस्वी कसे व्हावे, हे सांगत नाही. या विषयावर तुमचे विचार चाळवणं एवढाच फक्त आमचा उद्देश आहे. विचारधारा थांबली, अनुभव घेणे व त्याचे विश्लेषण करणे थांबले, तर लवकरच आपण क्रियाशून्य होऊन बसतो.

याचा अर्थ असा देखील नाही की या पुस्तकातील भाष्य ब्रह्मवाक्य मानावे. आपण आपल्या जीवनातील उद्देशाच्या दिशेने वाटचाल करत आहोत किंवा नाही हे केवळ तुमचे तुम्हालाच समजते. जर तुम्ही योग्य मार्गावर असाल, तर केवळ या पुस्तकातील कल्पनांचे प्रयोग करण्यासाठी तुमची योजना रद्दबादल करू नका किंवा तुमच्या अनुभवांना, तर्कांना दूर लोटू नका. नव्या कल्पनांचा काळजीपूर्वक विचार जरूर करा. पण त्या तुम्हाला तुमच्यासाठी उपयुक्त वाटल्या नाहीत तर त्यावर वेळ खर्च करू नका.एखाद्या उच्चपदस्थ इन्वेस्टमेंट बँकरला जे लागू पडेल ते एखाद्या सैन्यातील अधिकाऱ्यास किंवा नव्याने वकिली सुरू करणाऱ्या वकिलास उपयोगी पडेलच असे नाही.

खरंतर तुमच्यासाठी नसलेल्या अशा संकल्पनांमुळे देखील तुम्ही नवीन शक्यतांचा विचार करण्यासाठी तसेच जुन्या पध्दतीचे विश्लेषण करण्यासाठी प्रवृत्त व्हाल. कदाचित तुम्ही काहीच चुकीचे करत नसाल; पण तुम्ही जे योग्यरित्या करीत आहात त्यातच अधिक सुधारणा करता येऊ शकेल. तुमची स्वप्ने सत्यात उतरविण्यासाठी आयुष्याकडे मोकळ्या, पुर्वग्रहरहीत दृष्टीने पहाणे एवढेच काय ते आवश्यक आहे !

अनुवादाचे बोल

मराठी अनुवादाचे माझे हे दुसरे पुस्तक. 'कॉर्पोरेट चाणक्य'च्या यशस्वी अनुवादानंतर जयको प्रकाशन आणि प्रेमाने पाठपुरावा करणारे त्याचे समन्वयक श्री. संजय हिरे यांनी माझ्यावर ही जबाबदारी सोपविली. याबद्दल प्रथमत:च मी कृतज्ञता व्यक्त करतो.

'कॉर्पोरेट चाणक्य'चे मुंबई युनिवर्सिटीमध्ये महाराष्ट्राचे उच्च व तंत्र शिक्षण मंत्री मा. राजेश टोपे आणि कुलगुरू डॉ. राजन वेळूकर यांच्या शुभहस्ते मार्च १५, २०१२ रोजी प्रकाशन झाले. तेव्हा माझ्या संवादात मी म्हटले होते, की मूळ पुस्तक लिहिण्याची बरोबरी जर कोणी आईच्या प्रसुतीवेदनांसमवेत करीत असेल, तर अनुवादाची तुलना मावशीच्या अवघड जबाबदारीशी केली पाहिजे. आई मुलाला कळा सोसून जन्म देते. हे महत्त्वाचे आहेच, पण मावशीच्या हाती ते नवजात अर्भक आल्यानंतर तिला ते फार निगुतीने सांभाळावे लागते. बाळ दुसऱ्याचे आणि संस्कार मात्र आपले अशी तारेवरची कसरत प्रत्येक अनुवादकाला करावी लागते. हे करताना मूळ आशयाला धक्का पोहोचू नये अणि त्याचबरोबर अनुवाद देखील कृत्रिम होऊ नये, असा सारा हा मामला जमविताना अनुवादकाचा नाही म्हटलं तरी कस लागतोच!

या कार्यामध्ये सर्वांचाच सहभाग लागतो. शमिका – माझी पत्नी, जय – मुलगा यांची मदत तर झालीच. आई अणि संजय – भावाचा पाठिंबा लाभला. अमित मांजरेकरसारख्या स्वत: लेखक असणाऱ्या मित्रांचे प्रोत्साहन लाभले अणि हे कार्य तडीस गेले.

अनुवाद करताना पुस्तक फार काळजीपूर्वक वाचावे लागते. वारंवार वाचावे लागते. यानिमित्ते नेपोलियन हिल यांच्यासारख्या द्रष्ट्या लेखकाच्या चष्म्यातून 'यश' नावाच्या मृगजळाकडे डोळसपणे पाहण्याचे भाग्य लाभले. मातृभाषेत हे विचारधन आणण्याच्या आनंदासोबत आत्मविकासाचीही संधी मिळाली हे दुहेरी भाग्यच. या पुस्तकाची शिदोरी सोबत घेऊन कोणा मराठी पथिकाला सफलतेचे एव्हरेस्ट सर करता आले तर हा आनंद खरच सहस्त्रगुणीत होईल.........शुभास्ते पंथान: सन्तु !!

राजेश चंद्रकांत आजगांवकर
जोगेश्वरी, मुंबई.
संपर्क: ९८२०२८४३८३
(ajgaonkarrajesh@gmail.com)

पाठ १

मास्टर माईंड

सारांश :

'मर्म यशाच्या सिध्दांताचे' या पुस्तकाची सुरूवात नेपोलियन हिल यांनी 'मास्टर माईंड'ची (प्रभुत्त्व बुध्दि) अतिशय समर्पक व्याख्या सांगून केली आहे.

''मास्टर माईंड'' या तत्त्वाची व्याख्या अशी करता येईल : 'एक निश्चित असे उद्दिष्ट्य समोर ठेवून, दोन किंवा अधिक जणांनी एकत्र येऊन सामंजस्यपणे कार्य करणे.'

दुसऱ्या शब्दांत सांगायचे तर, जेव्हा एका ठराविक लक्ष्याच्या पूर्तीसाठी, लोकांचा एखादा समुह विनासायास कार्य करतो तेव्हा ज्या जास्तीच्या बौध्दिक शक्तीची निर्मिती होते, ती शक्ती म्हणजे मास्टर माईंड ! ही शक्ती जितकी बलाढ्य असते, तितकीच ती दुर्बलही असते. जेव्हा योगदान देणाऱ्यांमध्ये सतत झगडे सुरू होतात, तेव्हा ती उन्मळून पडते. त्यामुळे या आयुधाची जरा अधिक काळजी घ्यावी लागते खरी; पण त्याचे फायदे खूपच महत्त्वाचे आहेत.

नेपोलियन हिल यांच्या प्रेरणादायी साहित्यामध्ये, प्रभुत्व–बुध्दी अथवा नैपुण्य यास एकमेवाद्वितीय असे स्थान होते. त्यांचे म्हणणे असे की एक अधिक एक दोनापेक्षाही जास्त होतात. म्हणजेच, जेव्हा योग्य रितीने समुहाची रचना केली जाते व ती तशी टिकविली जाते तेव्हा प्रत्येकाच्या बलस्थानांचा गुणाकार होतो व कमकुवत स्थानांचा भागाकार! नंतरच्या काळातील बऱ्याच लेखकांनी अशाच कल्पनांचा

पुरस्कार केला (उदा. गुणवत्ता–वर्धन गट). परंतु डॉ. हिल यांचा सारखा, या कल्पनेवर विस्तृत विचार अभावानेच केलेला दिसतो.

अगदी कोणत्याही परिस्थितीत मास्टर माईंड संकल्पना वापरता येते. डॉ. हिल यांनी केवळ कार्यस्थळापुरता याचा विचार केला नाही, तर जेव्हा आणि जेथे गरज भासेल अशा कोणत्याही ठिकाणी या आयुधाचा वापर करता येतो.

मास्टर माईंडच्या मुलतत्त्वाला डॉ. हिल हे 'मानसिक रसायनशास्त्र' असे संबोधित. ज्याप्रमाणे काळाबरोबर भौतिक शास्त्रात प्रगती झालेली आहे, त्याचप्रमाणे माणसाच्या विचारशक्तीचा आपला अभ्यासदेखील वाढलेला आहे. जेव्हा डॉ. हिल यांनी 'मर्म यशाच्या सिध्दांताचे' लिहिले तेव्हा ते अशा पध्दतीचा विचार करीत होते. बुध्दिमत्तेची आपापसात कशी देवघेव होते याचे मर्म त्यांना समजले होते, परंतु त्यातील काही तंत्रांबाबतचे त्यांचे आडाखे मात्र चुकले होते. तरीही त्यांनी आपल्याला आजदेखील शिकून वापरता येतील अशा काही महत्त्वाच्या संकल्पनांकडे जरूर अंगुलिनिर्देश केलेला आहे.

पाठाची सुरुवात मात्र यशाच्या शोधासाठी लागणाऱ्या एका अगदी मुलभूत गोष्टीचे विश्लेषण करून होते. ती म्हणजे अभिलाषा!

पाठ्यांश

यशाचा आरंभबिंदू

ज्याप्रमाणे प्रचंड असा ओक वृक्ष एका लहानशा कवचात निद्रिस्त असतो, अगदी त्याचप्रमाणे यशाचा उगम प्रबल इच्छेमध्ये सामावलेला असतो. या तीव्र इच्छेमुळे माणसे आशावादी होतात, योजना बनवितात, धीर कमावतात आणि बुध्दिला चालना देऊन यश प्राप्तीसाठी निश्चित असा आराखडा व कृतीयोजना तयार करतात.

म्हणूनच अभिलाषा हा सर्व मानवी कर्तृत्त्वाचा आरंभबिंदू मानला पाहिजे. उत्तेजनाने तीव्र अभिलाषा कर्तृत्त्वाच्या ज्योतीमध्ये परावर्तीत होते. या पुस्तकामध्ये यशाचे जे मंत्र सांगितलेले आहेत त्यामध्ये या उत्प्रेरकांचा अंतर्भाव केलेला आहे.

असं म्हणतात की एखादी गोष्ट प्राप्त व्हावी अशी जर आपली तीव्र इच्छा असेल तर ती मिळतेच! जो कोणी आपल्या मनाला त्या दर्जाची चालना मिळवून देऊ शकतो, तो इतर चारचौघांपेक्षा उत्तम दर्जाची कामगिरी करून आपली इच्छा साध्य करू शकतो. हे मात्र ध्यानी घेतले पाहिजे की एखादी वस्तू मिळण्याची केवळ इच्छा करणे आणि त्या वस्तूची तीव्र अभिलाषा बाळगणे या सर्वस्वी भिन्न गोष्टी आहेत. तीव्र अभिलाषेने कृतीला बळ मिळते व माणुस त्यादृष्टीने आपली योजना कार्यान्वित करतो. अभिलाषेचे निष्क्रीय रूप म्हणजे इच्छा. बरीच मंडळी इच्छेची पायरी ओलांडून पुढे जातच नाहीत!

तुमच्या मनात कदाचित असे येईल की प्रभुत्त–बुध्दिच्या प्रास्ताविकात ही चर्चा कशासाठी? हे सत्य आहे की डॉ. हिल यांनी आपल्या नंतरच्या साहित्यामध्ये 'निश्चित प्रयोजन' (म्हणजे आपल्या ध्येयाप्रती स्वतःला संपूर्णतः समर्पित करणे) या धड्याने विषयाची सुरुवात केली आहे. अभिलाषेच्या विषयाशी ते अधिक सुसंगत वाटते. परंतु 'मर्म यशाच्या सिध्दांताचे' या पुस्तकामध्ये डॉ. हिल यांचा रोख प्रभुत्त्व बुध्दितील सहभागींच्या मानसिक स्थितीवर असल्यामुळे सध्या तुम्हाला जे विषयांतर वाटत असेल, ते पुढे अगदी समर्पकरित्या जुळून आलेले दिसेल.

प्रभुत्त–बुध्दि हा डॉ. हिल यांच्या तत्त्वज्ञानाचा अविभाज्य घटक असल्यामुळे त्यांनी आपल्या पहिल्या दोन्ही पुस्तकांमध्ये यावर विवेचन केलेले आहे. ही कल्पना सर्वस्वी भिन्न होती आणि आपण समजू शकतो की त्यांना आपले कार्य हे इतरांपेक्षा वेगळ्या पध्दतीने मांडायचे होते. त्यांच्या नंतरच्या कार्यामध्ये त्याला दुय्यम स्थान मिळालेले दिसले कारण 'अभिलाषा' व 'प्रयोजन' हे विषय यशाच्या प्रयासामध्ये इतके मुलभूत आहेत की त्यांना हाताळल्याशिवाय पुढचे पाऊल टाकणे शक्यच नाही, हे बहुधा त्यांच्या ध्यानी आले असावे. या इथे यशासाठीची प्रेरणा ही समस्या ते जरा वेगळ्या संदर्भाने सोडवितात, परंतु त्यांनी मांडलेले मुद्दे खुप महत्त्वाचे आहेत. सध्या आपण त्यांच्याकडे थोडक्यात पाहू व नंतर दुसऱ्या धड्यामध्ये त्यांवर अधिक विस्तृत चर्चा करू.

पाठ्यांशामध्ये इच्छा व अभिलाषा यातील फरक विषद केलेला आहे. केवळ इच्छा ही वांझोटी असते. परंतु कृतीपूर्ण अभिलाषेमुळे प्रथम त्या व्यक्तीमध्ये व नंतर अवघ्या जगामध्ये परीवर्तन घडून येते. अभिलाषेच्या अस्तित्त्वाचा पुरावा हाच की तिचे

कृतीत रुपांतर होऊन माणूस आपल्या इच्छेच्या पूर्तीसाठी झटू लागतो. योग्य मानसिक कृती ही शारीरिक कृतीमध्ये रुपांतरित होते. या पुस्तकाच्या आरंभीस व नंतरही, वेळोवेळी कृतीचे महात्म्य अधोरेखित केलेले आहे.

इच्छेची पायरी ओलांडून अभिलाषेची पायरी चढणे ही बहुतेक मंडळींच्या मार्गातील मोठी धोंड असते. आयुष्यापासून आपल्याला काय हवे हे त्यांना व्यवस्थित ठाऊक असते, पण इच्छांच्या सुप्त निखाऱ्यांना हवा देऊन त्यांचे धगधगत्या अग्नीत रुपांतर करणे काही त्यांना जमत नाही. नशिबाने साथ दिली तरी ते पूर्वीसारखेच वागतात व स्वत: मध्ये सुधारणा घडवून आणण्यासाठी काहीही करीत नाहीत. दुर्दैवाने वाईट परिस्थिती उद्‌भवली तर नशिबाला बोल लावत बसतात, पण परिस्थितीवर मात करण्यासाठी काहीही हालचाल करीत नाहीत.

उलटपक्षी ज्यांच्या मनात अभिलाषेचे अग्निकुंड धगधगत असते ते एखाद्या जनित्रासारखे वागतात. मानसिक व शारिरिक कृतींचे इंजिन लावून आपल्या आजूबाजूची सर्व परिस्थिती ते बदलू लागतात, खाचखळग्यांवर मात करू लागतात आणि आपल्या ध्येयप्राप्तीचा राजमार्ग स्वत: बांधू लागतात. जेथे यत्न तेथे जय, हे निश्चित! डॉ. हिल यांच्या प्रसिध्द सुक्ताचे ते जिवंत उदाहरणच जणू बनतात.

''मन ज्याची कल्पना करू शकते व ज्यावर दृढ विश्वास ठेऊ शकते, ते सर्व नक्कीच प्राप्त करू शकते.''

तुमच्या आत ते अग्निकुंड धगधगत आहे कां? आत्ता, या क्षणी तुम्हाला तुमचे आयुष्य निरर्थक वाटत असले, तरी केवळ असंतोषाच्या पलीकडील अशी ती भावना हवी. तसेच ते इतरांच्या तुमच्याकडून असलेल्या अपेक्षांमधून जन्म घेणार नाही. तुमचे कुटुंबिय तुमच्या कर्तृत्त्वावर विश्वास ठेवतात, केवळ म्हणूनच ते घडणार नाही. तुमच्या आतमधून ते महत्त्वाकांक्षेचे स्फुलिंग चेतले पाहिजे. तुम्हाला कृती करावयास भाग पडणाऱ्या कल्पनेचा ज्वालामुखी पेटला पाहिजे आणि तुम्ही त्याबरहुकूम कृती केली पाहिजे.

स्टीव्ह केस किंवा के बेली हचिसन यांसारखी मंडळी आणि इतर स्वप्नाळू व्यक्ती – ज्या केवळ चांगला मुख्याधिकारी किंवा अमेरीकन सिनेटर बनण्याची केवळ स्वप्नेच पहात रहातात – यांच्यामध्ये प्रबख अभिलाषा आणि ध्यासाचा फरक आहे. स्टिव्हन स्पिलबर्गला रोज पहाटे खडबडून जागे करणारी, मिया हॅमला फुटबॉलच्या

मैदानाचा हिरो करणारी ती ही गोष्ट आहे! स्वत:साठी महत्त्वाची गोष्ट कोणती? हे या मंडळींना पक्के ठाऊक असते – मग ती कॉर्पोरेट नीति असो, आरोग्यशास्त्राच्या संशोधनासाठी आर्थिक पाठबळ उभे करणे असो, चित्रपट बनविणे असो की मैदानात गोल करणे असो!

''तर मग काय झालं?'' तुम्ही म्हणाल, '' मला काय हवे, ते मला नक्कीच ठाऊक आहे. ग्यानबाची मेख अशी, की ते मला मिळत नाहिय. या मंडळींपाशी असं काय बरं आहे, जे माझ्यापाशी नाही? त्यांच्या इच्छांचं अभिलाषेत रुपांतर करणारी जादू तरी कोणती?''

माणसाच्या यशप्राप्तीच्या मुळाशी खालीलपैकी एक किंवा अधिक प्रेरणादायी घटक असतात :

१. अस्तित्त्व टिकवण्याची तीव्र इच्छा
२. कामेच्छा
३. अर्थप्राप्तीची अभिलाषा
४. मृत्युपश्चात् जीवनाची ओढ
५. प्रसिध्दी तसेच सत्ताप्राप्तीची अभिलाषा
६. प्रेम मिळविण्याची इच्छा (कामेच्छेहून पूर्णत: भिन्न)
७. सूड घेण्याची इच्छा (अविकसित मनांमध्ये अधिकतर आढळणारी)
८. अहंकार गोंजारण्याची इच्छा

डॉ. हिल यांनी ही सूची नंतर विकसित केली. त्यांनी त्यात शारीरिक व मानसिक स्वातंत्र्याच्या अभिलाषेचा अंतर्भाव केला. तसेच प्रसिध्दी प्राप्ती आणि अहंकार कुरवाळण्याच्या इच्छेऐवजी, सकारात्मक तसेच नकारात्मक अशा दोन्ही छटा दाखविणारा 'स्वत:ला व्यक्त करण्याची इच्छा' असा शब्द योजिला. त्यांच्या ध्यानी आलं की राग व द्रेष या भावनांचे प्रकटीकरण म्हणजे सूड घेण्याची इच्छा. याशिवाय त्यांनी एक मूलभूत प्रेरणास्त्रोत म्हणून 'भीती'चाही अंतर्भाव केला, ज्याचा आपण नंतर विस्ताराने उहापोह करणार आहोत. त्यामुळे, 'नेपोलियन हिल्स कीज् टू सक्सेस' या पुस्तकातून घेतलेली अधिक परिपूर्ण सूची अशी दिसते.

१. अस्तित्त्व
२. प्रेम

३. भीती
४. कामेच्छा
५. मृत्युपश्चात्चे जीवन
६. मनाचे व शरीराचे स्वातंत्र्य
७. क्रोध
८. द्वेष
९. कौतुकाची आणि अभिव्यक्तीची गरज
१०. संपत्ती

आता कोणी असेही म्हणेल की वरील प्रेरणांच्या पलिकडे, अगदी खोडकरपणापासून परोपकारी वर्तणूकीपर्यंत व शारीरीक आनंदापासून कुतुहलापर्यंत इतर कितीतरी प्रेरणा अस्तित्त्वात असू शकतील. पण खरं पाहिलं तर इतर सर्व प्रेरणा अखेर वरील मूलभूत प्रेरणांपैकी कोणा तरी एका प्रेरणेच्या मुळाशी येऊन भेटतात. अभिव्यक्ती व द्वेष किंवा क्रोध यांच्या मिश्रणातून खोडसाळपणा निर्माण होतो तर प्रेम व मृत्युपश्चात् जीवनाच्या इच्छेमधून परोपकारी वर्तणूकीचा उगम होतो. डॉ. फ्रॉइड म्हणतात त्याप्रमाणे शारीरिक आनंदाची प्रेरणा ही कामच्छेचेच एक स्वरुप असून, अत्यंत सुंदर व उपयुक्त अशा 'कुतुहल' या प्रेरणेचा जन्म भीती व अभिव्यक्तीच्या तीव्र इच्छेमधून होतो.

या प्रेरणांचा आकडा कोणताही असला तरी मूळ मुद्दा असा :

वरील आठपैकी कोणत्याही मुलभूत प्रेरणेने आवाहन केल्याशिवाय (लोक) सुप्त शक्तीचा वापर करत नाहीत. योग्य अशा प्रेरणेने उत्तेजित झाल्यानंतरच मनाच्या कल्पनांचे पंख भरारी मारू शकतात.

'कोणती प्रेरणा मला मार्गदर्शन करीत आहे?', असा प्रश्न एव्हाना तुम्ही स्वत:ला विचारत असाल, अशी आशा करूया.

तुम्ही यशाची स्वप्नं पहाता तेव्हा त्याची नक्की व्याख्या कोणती? पैसा की सत्ता? किर्ती की आदर? शत्रूवर जय की आसक्तीपासून मुक्ती?

प्रामाणिकपणे उत्तर द्या. स्वत:ला फसवण्यात काहीच अर्थ नाही.

आपल्याला काय हवे हे समजले की नेमका त्याच गोष्टीचा पाठपुरावा करता येतो.

स्टिव्हन स्पिलबर्ग श्रीमंत आहेत खरे; पण संपत्ती ही त्यांना स्वत:चे स्वप्न साकार करता करता ओघाओघाने प्राप्त झाली. के बेली हचिन्सन ही सत्ताधिश आहे खरी; परंतु सत्तेचा वापर ती अमेरीकन स्वातंत्र्याच्या रक्षणासाठी एखाद्या उपकरणासारखा करते.

वरील प्रेरणांपैकी काही प्रेरणा जरी जास्त उपयुक्त असल्याचे डॉ. हिल यांच्या काही विधानांवरून समजते, तरी ते या प्रेरणांच्या नैतिकतेवरील चर्चेच्या फंदात पडलेले नाहीत. वरील प्रत्येक प्रेरणेमध्ये माणसाला यशस्वी बनविण्याची खुप मोठी शक्ती आहे.

ही संकल्पना महत्त्वाची आहे. प्रत्येक फुटपट्टीने अँड्रयू कार्नेजी आणि हेन्री फोर्ड सारखी उत्तुंग व्यक्तिमत्वे यशस्वीच समजली गेली असली, तरी डॉ. हिल यांनी प्रत्येक यशस्वी माणसाचे अंधानुकरण केले नाही. आपल्या मासिकात त्यांनी कार्नेजी यांच्या प्रत्येक स्पर्धेचा बिमोड करण्याच्या धोरणावर टीकेची झोड उठवली. त्यांनी हे देखील पाहिले की ज्या एक–विचारी वृत्तीने हेन्री फोर्ड हे वाहन उद्योगातील अनभिषिक्त राजे झाले, त्याच वृत्तीने वागत राहिल्याने पुढे त्यांच्या कंपनीचा दृष्टीकोन संकुचित झाला, बदलाला नकार दिला गेला व अखेर ती कंपनी आजारी झाली. पण या क्षणी तरी डॉ. हिल यांचा रस लोकांच्या यशाचे मूळ काय या विषयात आहे व त्यावर त्यांनी अचूक बोट ठेवलेले आहे.

''तुम्हाला जर प्रचंड यश प्राप्त करायचे असेल, तर मनात एक प्रबल अशी प्रेरणा रूजवा!''

ज्या मंडळींना आयुष्यांत अडल्यासारखे वाटते ती मंडळी बहुधा एकाचवेळी अनेक प्रेरणांमध्ये अडकलेली असतात. बऱ्याचदा त्यांना पैसा व प्रसिध्दी हवी असते, आणि त्याचसोबत सुरक्षितता व परिचित वातावरणही. आयुष्यात मोठे बदल करावयास ते तयार नसतात कारण काही उपभोगांवर पाणी सोडायची त्यांची बिलकूल तयारी नसते. कदाचित ती सुरक्षित पण कमी पगाराची नोकरी असेल. मोकळा वेळ, जबाबदारीचा अभाव, तेच ते काम करीत रहाणे इत्यादी गोष्टी यशाच्या रस्त्यात ब्रेक सारख्या काम करतात.

त्यांनी–कदाचित तुम्ही–सर्वप्रथम काय केले पाहिजे, तर स्वत:ची खोलवर रुजलेली महत्त्वाकांक्षा ओळखणे! जर सर्वच गोष्टींना संतुलित ठेवायचे असेल, तर हे

पुस्तक आत्ता खाली ठेऊन पुन्हा नाही उचललेत तरी चालेल. पण जर तुमची महत्त्वाकांक्षा आकाशाला गवसणी घालण्याची असेल तर तुम्ही मनाची एकाग्रता वाढवून परिचित वातावरणाचा आग्रह सोडला पाहिजे. धुमसणाऱ्या इच्छेचे धगधगणाऱ्या अभिलाषेत रुपांतर करण्यासाठी खुप मानसिक कष्टांची गरज असते. हे मिळविण्याचे मार्ग पुढच्या पाठात दाखविलेले आहेत.

आणि मग सूड, क्रोध, द्वेष इत्यादी कृष्ण हेतूंबद्दल काय? या हेतूंनी सुरुवात करून, प्रेम व पैसा यांसारख्या प्रेरणांनी कमावलेले यश प्राप्त करता येते का?

सतरा तत्त्वांशी ज्यांची तोंडओळख आहे त्या वाचकांना असे लक्षात येईल की या प्रेरणांची डॉ. हिल यांच्या तत्त्वज्ञानातील प्रेरणांशी सांगड घालणे कठीण आहे. खरंतर या पाठाद्वारे डॉ. हिल आपल्याला ज्या मास्टर माईंड संकल्पनेपाशी नेऊ पहात आहेत, त्यामध्ये द्वेषासारख्या हेतूने बाधा येण्याची शक्यता आहे.

पण त्याचबरोबर हे देखील खरे आहे की वाईट हेतूने प्रेरीत होऊन एका विशिष्ट प्रकारचे यश कमावणे नक्कीच शक्य आहे. 'मर्म यशाच्या सिध्दांताचे' या पुस्तकात डॉ. हिल यांनी इतिहासातील काही प्रसिध्द व्यक्तिमत्त्वे व त्यांची तत्त्वे असा एक तक्ता दाखविला आहे. अब्राहम लिंकन, बेंजामिन फ्रँकलिन आणि जॉर्ज वॉशिंग्टन् यांना उत्तम गुण मिळालेले आहेत; परंतु या तक्त्यात अशा दोन नावांचाही त्यांनी समावेश केलेला दिसतो ज्यांना प्रचंड प्रसिध्दी प्राप्त झाली खरी; परंतु पुढे खऱ्याखुऱ्या यशस्वी आयुष्याची सर्व तत्त्वे न पाळल्यामुळे अखेरीस त्यांच्या स्वप्नांचा चक्काचूर झाला. त्यातील एक म्हणजे, बहुतांश युरोपचा एके काळचा सम्राट नेपोलियन बोनापार्ट, ज्याची अखेर दक्षिण अटलांटीक बेटावर दुर्दैवीपणे झाली आणि दुसरा जेस्सी जेम्स हा ट्रेनमधील चोर. (तत्कालीन अध्यक्ष केल्विन कुलिज यांना हिल यांनी बोनापार्टच्या एक पायरी खालचा क्रम दिलेला होता, परंतु तरीही त्यांना यशस्वी संबोधिले होते.)

अशा काही माणसांचाही विचार सहजपणे करता येईल, ज्यांना प्रचंड (कु) प्रसिध्दी मिळाली कारण आपल्या हेतूंना साध्य करण्यासाठी त्यांनी ज्या शक्तींना मोकळे सोडले होते त्यांनीच त्यांच्या अंतिम ध्येयाचा विनाश घडवून आणला. काही वेळा आपण याला दुर्दैव म्हणू तर काही वेळा परमेश्वरी न्याय! हे सुध्दा खरे आहे की दृष्ट व दूर्जनांचा नेहमीच विनाश होत नाही. प्रत्येक ॲडॉल्फ हिटलर समवेत एक जोसेफ स्टॅलिन सारखा राक्षस असतो ज्याला आपल्या कृत्यांबद्दल काहीही शिक्षा न मिळता मृत्यू येत असतो.

याचा अर्थ असा घ्यावा काय, की तुम्ही तुमच्या मूळ प्रेरणेबद्दल काहीच विधिनिषेध बाळगण्याची आवश्यकता नाही? तसे बिलकूल नाही. तुमची प्रेरणा कोणती हे सर्वप्रथम तुम्हाला उमगलेच पाहिजे याचे सोपे कारण असे की त्याशिवाय तुम्हाला समाधानच मिळणार नाही. ज्याला प्रेमाची भूक आहे त्याला संपत्तीचे काय महत्त्व? तुम्हाला द्वेष प्रेरीत करीत असेल तर कामेच्छेचा आनंद कसा होईल? मग तुम्ही आयुष्यात बाकी काहीही व कितीही प्राप्त केलेत तरी तुमच्या आतील धगधगते अग्निकुंड शांत करण्यासाठी त्या सर्वांचा उपयोग केवळ शून्य!

आणि जर तुमची प्रेरणा क्रोध किंवा द्वेष असेल, तर काय? ती मान्य केल्याने काय तुम्ही परिणामांचा काहीही विचार न करता तुमच्या अभिलाषेच्या पूर्तीची कास धरू शकता? या क्षणी तरी डॉ. हिल त्याबद्दल केवळ संकेत देत आहेत, परंतु नंतर याचे ते स्पष्टपणे नकारात्मक उत्तर देतात. मग तुम्ही तुमच्या प्रबळ परंतु अयोग्य रुचिच्या अभिलाषेचे करावे तरी काय?

कृष्णप्रेरणांनी अनेकांना त्यांच्या निष्क्रिय आयुष्यामधून खेचून बाहेर काढले आहे. तर उदात्त हेतूंनी देखील जगात दु:ख व यातनांना जन्म दिलेला आहे. एखादी वाईट प्रेरणा परंतु त्याबद्दलची पूर्ण जागरुकता ही एखादी उदात्त प्रेरणा त्यासोबतच्या संदिग्ध आणि धुरकट जागरुकतेपेक्षा अधिक श्रेष्ठ मानावी.

परंतु तुम्ही ज्याचा स्विकार करू इच्छित नाही अशा प्रेरणेने सुरुवात केलीत तर उरलेल्या आयुष्यात त्याची कास तुम्ही धरून ठेवू शकाल असे नाही – डॉ. हिल यांच्या इतर कल्पना शिकून त्यांचा वापर तुम्ही करू शकेपर्यंत तरी नक्कीच नाही. सतरा तत्त्वांनुसार जीवन जगण्यांमुळे जे समाधान मिळते ते मिळवून देण्यासाठी कृष्ण-प्रेरणांची सुद्धा आपली अशी एक पद्धती असते. स्वत:मधील सुप्त शक्तींच्या ओळखीने खरोखरीच तुम्हाला एक अनोखा साक्षात्कार होईल. तुम्ही जर पैशाच्या राशींच्या मागावर निघालेले असाल, तर याचा अर्थ अखेरीस पीस–कॉर्पस् (विकसनशिल देशांतील जनतेच्या मदतीसाठी पाठवलेले अमेरीकन शिष्टमंडळ) मध्ये समाविष्ट व्हाल असा नाही. परंतु कमावलेल्या धनराशींचे काय करावे याबद्दलच्या तुमच्या कल्पना अधिक विस्तृत होतील व तुम्ही फक्त तट्ट फुगलेल्या बँकेतील संचितावर समाधानी रहाणार नाही. तुम्हाला काहीतरी अधिक मिळवावेसे वाटेल. आपण याआधीच पाहिले आहे की अभिलाषा ही कायापालट करणारी शक्ती आहे.

थोडक्यात काय, तर आपल्या प्रेरणेचा स्त्रोत ओळखावा, त्याच्या मर्यादाही

ओळखाव्या व त्याप्रमाणे त्वरीत कार्य सुरु करावे. उदात्त हेतूची वाट पहात रहाण्यापेक्षा ते चांगले! केवळ आपल्या अतृप्त इच्छेचा विचार करीत बसलात तर तो हेतू कदाचित कधीच मिळणार नाही.

डॉ. हिल आपली प्रेरणा शोधण्याचे महत्त्व अगदी रोखठोकपणे मांडतात :

शक्ती आणि यश या समानार्थी संज्ञा आहेत. यश फक्त प्रामाणिक वागण्यानेच मिळते असे आपल्याला काही मंडळी सांगतात, परंतु ते सत्य नाही. दरिद्री घरांमध्ये कदाचित सर्वाधिक प्रामाणिक व्यक्तींचा रहिवास असतो. त्यांना पैशाचा संग्रह करता आला नाही कारण त्यांना शक्ती कशी मिळवावी व वापरावी याचे ज्ञान नव्हते!

तर मग शक्ती म्हणजे काय व ती कशी प्राप्त करावी ?

भौतिक शक्ती

आपण या धड्यात दोन प्रकारच्या शक्तींचे विश्लेषण करणार आहोत. एक म्हणजे 'मानसिक शक्ती' जी विचारांच्या माध्यमातून प्राप्त होते. सुस्थापित ज्ञानाच्या परिणाम स्वरूप निश्चित योजनांच्या कार्यान्वयाने ती मांडली जाते. सर्व मानसिक शक्तींचा आरंभ हा विचार, योजना आणि कृती तसेच सुव्यवस्थित प्रणालीच्या माध्यमातून होत असतो.

शक्तीचा दुसरा प्रकार म्हणजे 'भौतिक शक्ती' नैसर्गिक नियमांच्या माध्यमातून ती विद्युत शक्ती, गुरुत्वाकर्षण, वाफेचा दाब इत्यादी रूपांमध्ये अभिव्यक्त होत असते. या पाठामध्ये आपण मानसिक व भौतिक शक्तींचे विश्लेषण करून त्यांचा परस्परांमधील संबंध समजावून घेऊ.

फक्त ज्ञान म्हणजे शक्ती नव्हे. जेव्हा अनेक व्यक्ती एकत्रितपणे आणि सुसंगतरित्या एका निश्चित अशा लक्ष्यावर आपले प्रयत्न केंद्रित करीत असतात, तेव्हा महान व्यक्तीगत शक्तीची निर्मिती होत असते.

तुम्हाला असे वाटेल की या क्षणी डॉ. हिल हे मानसिक शक्तीवरील चर्चेत डुबकी

मारतील कारण आपल्या विषयाचे ते केंद्रस्थान आहे. आपणां सर्वांची मानसिक शक्ती भिन्न असते आणि आपल्या भावी यशाचा तो पायाच आहे. परंतु याऐवजी ते प्रथम शारीरिक शक्तीचा उहापोह करतात. का? कारण मानसिक शक्तीसंदर्भातील आपल्या काही गृहितकांना ते स्वत:च्या काही आश्चर्यजनक कल्पनांनी आव्हान देऊ इच्छितात आणि त्यांची अपेक्षा अशी आहे की या कल्पना म्हणजे केवळ गोलमाल शब्दजाल नसून त्यांना शास्त्रीय आधार आहे, हे आपणांस समजून यावे.

डॉ. हिल त्यानंतर अणूच्या रचनेबद्दल भाष्य करतात. ठराविक तत्त्वांनुसार वर्तणूक करणाऱ्या ऊर्जेनेच प्रत्येक पदार्थ बनलेला असतो, याबद्दल ते आश्चर्य व्यक्त करतात.

भौतिक पदार्थांच्या विश्वामध्ये प्रत्येक दृष्य पदार्थ हा अणु, रेणु आणि विद्युतभारीत कणांचा[1] अकल्पित वेगाने फिरणारा सुनियोजित असा समूह आहे – मग तो अवकाशात तरंगणारा सर्वात मोठा तारा असो वा पृथ्वीवर आढळणारा वाळूचा लघुत्तम कण!

भौतिक पदार्थांचा कणन्‌कण प्रचंड गतीने सतत आंदोलित अवस्थेत असतो. साध्या डोळ्यांना बाहेरून जरी प्रत्येक पदार्थ निष्क्रिय, गतिहिन असा दिसत असला तरी आतमध्ये काहीच व कधीही स्थिर नसते...

फार क्वचितच आपण या 'सदैव आंदोलित अशा गतीमान अवस्थेबद्दल' जागरूक असतो. परंतु अणू व रेणू एकमेकांना सतत आकर्षित तसेच विरोध करीत असल्याने नवीन पदार्थांची अथवा ज्वलनासारख्या प्रक्रियांची निर्मिती होत असते.

गतीचा दुसरा परिणाम म्हणजे कंपन. डॉ. हिल आपल्या निदर्शनास आणून देतात की आपल्या पाच स्पर्शेंद्रियांनी आपण काही पध्दतींची कंपने जाणून घेऊ शकतो; जसे की ध्वनी, उष्णता आणि प्रकाश.

''आणि या सर्व क्रमवारीत उच्चतम स्थानी, (किती उच्चतम हे सध्यातरी कोणी जाणू शकलेला नाही,) कंपने अशा उर्जेची निर्मिती

---

१. आपणांस ठाऊक आहे की अणूचे स्वरूप वर उल्लेखलेल्यापेक्षा खुप अधिक गुंतागुंतीचे असते. पण मूळ मुद्दा असा की प्रत्येक पदार्थ हा सतत गतीमान असणाऱ्या उर्जा कणांनी बनलेला असतो.

करतात ज्यामुळे माणुस विचार करू शकतो.''

आता आपण हळूहळू एका महत्त्वाच्या मुद्दयाच्या अगदी निकट पोहोचत आहोत. जर ध्वनी, उष्णता किंवा प्रकाशाचे त्यांच्या स्त्रोतापासून बाहेर संक्रमण करता येते, तर विचारांचेही तसेच प्रक्षेपण करता येईल कां?

प्रकाशाप्रमाणेच बौध्दिक लहरींनादेखील शास्त्राने एका प्रकारची उर्जा म्हणून मान्यता दिलेली आहे. स्थिरमती अवस्थेत संक्रमण होणाऱ्या अल्फा लहरी ८ ते १३ हर्टझ् या तीव्रतेच्या असतात – डॉ. हिल यांच्या अंदाजापेक्षा ही तीव्रता खुप कमी आहे. पूर्ण जागृत अवस्थेत संक्रमित होणाऱ्या बीटा लहरींची तीव्रता १३ ते ३० हर्टझ् इतकी असते. त्यांचा लहरींच्या तीव्रतेबद्दलचा होरा चुकला, म्हणून काही फरक पडतो का? बिलकूल नाही. महत्त्वाचे ते काय, की आपल्या मेंदूच्या कृतीशिलतेमुळे उर्जेची निर्मिती होत असते.

त्यानंतर डॉ. हिल आपला सर्वात आवडता मुद्दा मांडण्यासाठी गेल्या शतकामधील अत्यंत प्रभावशाली अशा शास्त्रज्ञाकडे वळतात. डॉ. अलेक्झांडर ग्राहम बेल यांनी टेलिफोनचा शोध लावला; ज्यामध्ये ध्वनीलहरींचे विद्युतलहरीत रुपांतर करून दुसऱ्या टोकाला विद्युतलहरींचे पुन्हा ध्वनीलहरीत रुपांतर केले जाते. स्वत: बेलदेखील या कल्पनेने अत्यंत प्रभावित झालेले होते की स्वत:चे सारे गुणधर्म टिकवून उर्जेचे एका टोकाहून दुसऱ्या स्थळाकडे प्रक्षेपण करता येते. बिनतारी संदेशयंत्रणेमधील प्रगतीचे दृष्य परिणाम जे आपण आकाशवाणी व दूरदर्शन या माध्यमांमधून अनुभवत आहोत, त्यांनी डॉ. बेल यांच्या विचारशक्तीस अधिक खतपाणी घातले. (विचार करा, आज ते असते तर त्यांना इंटरनेट, भ्रमणध्वनी आणि एमआरआय पाहून किती हर्ष झाला असता!)

या संशोधकाने म्हटले आहे :

''कंपनलहरींच्या महाप्रचंड जालामधील, मी म्हटल्याप्रमाणे, केवळ काही बिनतारी लहरी ज्या आपण उमजून घेऊ शकलेलो आहोत, त्यावरून आपण फक्त काही अंदाज बांधण्याचा जुगार खेळू शकतो. जर वैचारीक लहरी या बिनतारी लहरींप्रमाणे असतील तर त्या एका मेंदूकडून दुसऱ्याकडे अनंतपणे प्रवाही राहू शकतील आणि केवळ या जगातच नव्हे तर अखंड विश्वात संचार करू शकतील. पदार्थ घन

असो वा द्रवरूप – प्रत्येक पदार्थातील रेणूच्या कवचाला ज्याप्रमाणे त्या भेदून प्रवास करतात, त्या दृष्टीने पाहिले तर शरीर किंवा कवटी किंवा इतर कोणताही अडथळा या लहरींना बिलकुल रोखू शकत नाही.''

''तुम्ही विचाराल, जर असे घडले तर इतर लोकांचे विचार आपल्या मेंदूत शिरून सतत अडथळा व गोंधळ तर निर्माण करणार नाहीत? शिवाय आपल्या मेंदूत निर्माण न झालेले विचार तर तेथे प्रस्थापित होणार नाहीत? ''

''तुम्हाला काय माहीत की इतर व्यक्तींचे विचार अगदी आत्तासध्दा तुमच्या विचारप्रक्रीयेत दखल देत नाही आहेत? मी तर मनाच्या असंतुलनाची अशी कितीतरी उदाहरणे पाहिलेली आहेत, ज्याचे स्पष्टीकरण मला अजिबात देता आलेले नाही. उदाहरणार्थ, श्रोत्यांशी संवाद साधताना प्रोत्साहित किंवा हतोत्साहित झाल्याची भावना वक्त्याच्या मनात निर्माण होते. मी आयुष्यात याचा अनेकवार अनुभव घेतलेला आहे परंतु याचे भौतिक स्पष्टीकरण काही मला आजवर देता आलेले नाही...''

''थोडक्यात सांगायचं तर, एक मन दुसऱ्या मनाशी प्रत्यक्ष दळणवळण साधू शकते या सिध्दांताचा पाया असा की, विचार किंवा जीवनशक्ती हा विद्युतशक्तीचा असा एक प्रकार आहे जो दूर एका अंतरावर प्रक्षेपित करता येऊ शकेल.''

मानसिक दळणवळणाला अनेक कपोलकल्पित विज्ञानकथांनी, धूर्त लबाडांनी, आभासाच्या व्यवसायांवर पोट भरणाऱ्यांनी वाईट नाव मिळवून दिले आहे. चमचे वाकविणे, अंगारांवर चालणे, पत्त्यांच्या खेळातील लबाड जादू म्हणजे माणसामाणसातील मानसिक दळणवळण असा क्षुद्र दर्जाचा विचार ना डॉ. बेल यांनी केला ना डॉ. हिल यांनी! आणि डॉ. हिल यांनी याचा पुरस्कार न करण्याचे कारण म्हणजे सिनेमाच्या कथेत दाखवितात त्याप्रमाणे मानसिक संदेशवहनाचा तो पुरस्कार ठरला असता.

त्यांचा मुद्दा फक्त असा आहे की तुमच्या मानसिक शक्तीचा परीघ तुमच्या

मेंदूबाहेरही कार्यरत असतो. प्रथम म्हणजे ती तुम्हाला कृती करण्यास भाग पाडून बाहेरचे जग बदलते. हा परिणाम नाकारता येतच नाही. पण त्यांची अशी इच्छा आहे की तुमच्या मनाची उर्जा प्रक्षेपित करण्याची व ग्रहीत करण्याची सुप्त शक्ती तुम्ही ध्यानी घ्यावी. आणि या शक्तीचा संभाव्य परिणाम एखादा चमचा वाकविण्यावर होण्यापेक्षा समान उर्जेच्या लहरींवर चालणाऱ्या इतर मनांवर होण्याची शक्यता जास्त आहे.

या परिणामांना डॉ. हिल 'मानसिक रसायनशास्त्र' असे संबोधतात. ही संज्ञा काहीशी चूकीची वाटते, कारण मनांच्या जुळणीमध्ये रसायनशास्त्रापेक्षा भौतिक शास्त्राचे अधिक काम आहे. पण हे देखील खरे आहे की मेंदूचे बरेचसे कार्य म्हणजे पेशींमधील रासायनिक प्रक्रियाच असते. उदाहरणार्थ आनंदाचा अनुभव म्हणजे मेंदूतील विशिष्ट पेशींनी ऐंडोर्फिन नावाच्या रसायनाचे उत्सर्जन करणे. स्मरणशक्ती म्हणजे सुध्दा या कार्यासाठी समर्पित अशा पेशींमधील रासायनिक प्रक्रियाच होय. अगदी मेंदूच्या लहरींसाठी लागणारी विद्युतशक्ती देखील रासायनिक प्रक्रियेतूनच निर्माण होत असते.

मानसिक रसायनशास्त्राचा शोध घेणे म्हणूनच योग्य ठरेल.

मनाचे रसायनशास्त्र

व्यक्ती परस्परांना भेटल्यानंतर काय प्रतिक्रिया निर्माण होतात, यावरील चर्चेकडे डॉ. हिल वळतात.

> **"काही मने एकमेकांशी इतकी बेमालूमपणे जुळलेली असतात की संपर्काच्या परिणामस्वरूप 'प्रथमदर्शनी प्रेम' होणे अगदी अपरीहार्य असते. असा अनुभव कोणाला बरे अनोळखी आहे? आणि इतर काही वेळी मने इतकी विरोधात असतात की प्रथमदर्शनी हिंसात्मक वा परस्पर नावडीची भावना तत्काळ जन्म घेते. एक शब्दही न उच्चारता आणि प्रेम किंवा द्वेषाच्या नेहमीच्या कारणांची कसलीच निशाणी दृष्टीस न पडताही हे परिणाम घडतात.**
>
> **अगदी वरवरचे सहजपणे निरीक्षण करणाऱ्यालाही दोन मने जुळण्याचे परिणाम दृष्टोत्पत्तीस पडतात. आणि प्रत्येक परिणामाचे पर्याप्त कारण हे असतेच ! नुकत्याच संपर्कात आलेल्या दोन मनांच्या दृष्टीकोनामध्ये**

घडलेल्या फरकाचे यापेक्षा काय बरे वेगळे स्पष्टीकरण देता येईल, की याचे कारण इलेक्ट्रॉन्सच्या रचनेमधील बदल किंवा संपर्कामुळे तयार झालेल्या नव्या क्षेत्रामध्ये प्रत्येक मनाने स्वत:ला पुनरायोजित करणे हे आहे ?

दुसऱ्या शब्दांत सांगायचे तर, एका व्यक्तिच्या मानसिक दृष्टीकोनाचा दुसऱ्या व्यक्तिच्या मनावर नक्कीच परिणाम होत असतो. जे मन भितीने पछाडलेले आहे, ते इतरांमध्येही भीतीचे रोपण करते. स्वार्थी मन, आनंदी मन, शांत मन या सर्वांचा त्यांच्या संपर्कात आलेल्या इतर मनांवरती परिणाम घडत असतो. आणि अर्थातच, वेगळ्या प्रकारच्या उर्जेने भारलेली मने हे चटकन उमजुन घेतात व स्वत:मध्ये त्या प्रमाणे अनुकूल बदलही घडवितात. या अनुकूल होण्याच्या प्रक्रियेमध्यें उगम असतो तो नवीन व्यक्तीप्रतीच्या भावनिक प्रतिसादाचा! काही माणसे खूप जवळची वाटतील तर काहींची वर्तणूक अशी काही असेल की आपण त्यांच्या उर्जेने किंवा मानसिक रसायनशास्त्राने एकदम क्रोधित होऊ अथवा घाबरुन जाऊ.

माणसामाणसांमधील मानसिक रसायनशास्त्राच्या, निकटगामी तसेच दूरगामी परिणामांची असंख्य उदाहरणे डॉ. हिल आपल्याला देतात. ते नोंदतात की आरंभीच्या अनुकूल प्रतिसादामुळे लग्न किंवा प्रेमाची नाती जोडली जातात. परंतु

सर्वच नागरी जगाला हे ठाऊक आहे की विवाहानंतरच्या पहिल्या दोन तीन वर्षांनंतर लहान मोठ्या संघर्षाच्या ठिणग्या या उडतच असतात. ही वर्षे जुळवून घेण्याची असतात.

इतर अनेक कारणे असली तरी विवाहाच्या सुरूवातीच्या काळामध्ये सुसंवाद नसण्याचे प्रमुख कारण हे की नवरा बायकोच्या मनांचे रसायन खूप हळू हळू जुळत असते. दुसऱ्या शब्दांत सांगायचे तर, मन नावाच्या इलेक्ट्रॉन्स किंवा उर्जेच्या एककांची आरंभीच्या संपर्कामध्ये खास मैत्री नसते आणि वैरही! सततच्या संपर्कामधुन त्यांमध्ये सुसंवाद घडू लागतो व अनुकूलता निर्माण होते. फार क्वचित घटनांमध्ये सतत सहवासाचा परिणाम म्हणून अखेर या एककांमध्ये हाडवैर निर्माण होते....

मानवी मनाच्या रसायनशास्त्राचा इतका हुकूमी परिणाम होत असतो

की अनुभवी वक्ता, आपली वाक्ये श्रोते कशा पध्दतीने समजून घेत आहेत, ह्याचा क्षणार्धात अर्थ लावू शकतो. हजार श्रोत्यांमधील एखाद्या श्रोत्याच्या मनात जरी विरोधी भावना असली, तरी कसलेला अनुभवी वक्ता ती अचूक जाणू शकतो. इतकेच नव्हे, तर विशेष निरिक्षण न करताही किंवा श्रोत्यांच्या चेहऱ्यावरील भावांनी प्रभावित न होताही अनुभवी वक्ता हे अर्थ सहज जाणू शकतो. आणि म्हणूनच, चेहऱ्यावर समाधानाचे किंवा असमाधानाचे असे कोणतेही भाव न दाखवता अथवा कसलाही आवाज न करता श्रोते एखाद्या वक्त्याला वक्तृत्त्व कलेच्या शिखरावर विराजमान करतात तर दुसऱ्याला अपयशाच्या खाईत लोटतात.

तरबेज विक्रेत्याला आपला ग्राहक आता गळाला लागण्याची वेळ आली आहे हे समजण्यासाठी तो काय बोलत आहे याकडे लक्ष द्यावे लागत नाही. ग्राहकाच्या मनातले रसायनशास्त्र त्याला अचूकपणे उमजते. बोलले गेलेले शब्द बऱ्याचदा हेतुची फसवणुक करतात. परंतु मनाच्या रसायनशास्त्राचा अचूक अर्थ लावता आला की अशा फसवणुकीला काही वावच रहात नाही. प्रत्येक तरबेज विक्रेत्याला हे पक्के ठाऊक असते की बरेचसे ग्राहक विक्रीप्रक्रियेच्या अगदी शेवटच्या क्षणाला देखील नकारात्मक दृष्टीकोन प्रदर्शित करीत असतात.

....प्रत्येक मनात एक विद्युतक्षेत्र जागत असते. या क्षेत्रामागील मनाच्या लहरीप्रमाणे आणि हे क्षेत्र निर्माण करणाऱ्या मनाच्या रसायनशास्त्राप्रमाणे त्याचा स्वभाव बदलत असतो.

प्रत्येक व्यक्तीच्या मनाचे रसायनशास्त्र त्याच्या भौतिक वारश्यावर तसेच त्याच्या विचारांच्या प्रभावावर अवलंबून असते असे या लेखकाचे मत आहे. खेरीज प्रत्येक मन सतत इतके बदलत असते की वैयक्तिक तत्त्वज्ञान आणि सवयी यांचा परिणाम होऊन त्याचे किंवा तिचे मानसिक रसायनशास्त्र पूर्णत: बदलून जाते. हे सर्वज्ञात आहे की प्रत्येक व्यक्ती स्वत: होऊन आपले मन इतके बदलू शकते जेणेकरुन तिला संपर्कात आलेल्या मंडळीना एक तर आपल्याकडे आकर्षित

करुन घेता येईल किंवा दूर तरी लोटता येईल. दुसऱ्या शब्दांत सांगायचे तर शब्दांचा अथवा हावभावांचा किंवा इतर कोणत्याही शारीरिक हालचालींचा वापर न करता देखील प्रत्येक व्यक्ती इतरांना आपल्याकडे आकृष्ट करण्याचा अथवा त्यांना दूर राखण्याचा मानसिक दृष्टीकोन बाळगू शकते.

जर तुम्ही डॉ.हिल यांच्या कार्याशी परिचित असाल तर एव्हाना आपली मान डोलवू लागाल. त्यांच्या नंतरच्या बहुतेक लिखाणाचा पायाच मुळी सकारात्मक दृष्टीकोन हे अमुल्य आयुध आहे. आपल्याला भेटणाऱ्या व्यक्तींवर प्रभाव टाकण्या पलिकडेही सकारात्मक दृष्टीकोनाचे असंख्य फायदे आहेत. ज्या कोणी सकारात्मक दृष्टीकोन विकसित करण्यसाठी प्रयत्न केलेले आहेत त्यांना नक्कीच ठाऊक असेल की इतरांचा दृष्टीकोन बदलण्यासाठी आपण प्रेरक असे कार्य करत असतो. दुर्दैवाने नकारात्मक दृष्टीकोनाच्या बाबतीतही हे तितकेच खरे आहे. तुम्ही इतरांमध्येही नकारात्मक उर्जा पेरता आणि ती बहुदा तुमच्या विरोधातच वापरली जाते.

आपण त्यांच्या अस्तित्त्वाची दखल घेत असू वा नसू, या मानसिक क्रिया–प्रक्रिया सतत चालूच असतात. आपल्या दृष्टीकोनाप्रमाणे त्या उपकारक अथवा अपकारक असतात. त्यामुळे उत्तम हेच की सकारात्मक दृष्टीकोनाला संपूर्णतः शरण जावे अणि अगदी जवळच्या व्यक्तींपासून ते सहज झालेल्या एखाद्या संपर्कापर्यंत, सर्वांवरच त्याची मुक्त उधळण करत जावी...

मनाचे रसायनशास्त्र आणि आर्थिक सत्ता

विशिष्ट विचाराने आणि निश्चित उद्देशाने नियमितपणे असा संपर्क साधणे शक्य आहे? मास्टर माइंड नेमका हाच संपर्क प्रस्थापित करते.

दोन अथवा अधिक संतुलित मनांच्या एकमेळाने मास्टर माइंडची निर्मिती करता येते. या सुसंगत मेळाने ज्या तिसऱ्या शक्तिमान मनाची निर्मिती होते, त्याचा वापर प्रत्येक वैयक्तिक मनाला करता येतो. जोवर त्या वैयक्तिक मनांच्या मध्ये सुसंगत असा मेळ अस्तित्वात आहे, तोवर मास्टर माईंड उपलब्ध आहे. ज्या क्षणी हा मैत्रीपूर्ण मेळ तुटेल त्या क्षणी मास्टर माईंडचे अस्तित्व आणि त्याच्या खुणा देखिल लोप पावतील.

मास्टर माईंड मध्ये सहभागी होणाऱ्यांमध्ये सुसंवाद निर्माण करण्याचे अनेक मार्ग आहे.

प्रत्येक विपणन अधिकाऱ्याला, प्रत्येक सैनिकी कमांडरला आणि प्रत्येक नेत्याला, यश प्राप्तीमध्ये ''स्पिरीट दि कॉर्पस'' अर्थात सामायिक समजुतीचे आणि सहकाराचे किती महत्त्व आहे ते पक्के ठाऊक असते. सुसंगत उद्दिष्टाची ही सामुहिक भावना, ऐच्छिक किंवा लादलेल्या शिस्तिमधून अशी काही निर्माण केली जाते की अनेक वैयक्तिक मनांच्या संयोगाने एका मास्टर माईंडची निर्मिती होते. याचा अर्थ असा की त्या वैयक्तिक मनांच्या रसायनामध्ये असे काही परिवर्तन घडवून आणले जाते की ती अनेक मने एकत्र येऊन 'एक' म्हणून कार्य करु लागतात.

ही एकत्रिकरणाची प्रक्रिया घडविण्यासाठी, जितक्या व्यक्ती तितक्या प्रकृती असतात. आपल्या अनुयायांच्या मनांचा समन्वय करण्याची प्रत्येक नेत्याची वेगळी पध्दत असते. समुहामधील व्यक्तिगत मनांचे महत्त्व कमी करुन त्यांचे सामायिक मनांत रुपांतर करण्यासाठी एखादा नेता शिक्षेची भिती दाखवेल तर दुसरा पारितोषिकाची लालूच. मुत्सद्दीपणा, राजकारण, व्यवसाय किवां अर्थशास्त्र यापैकी कोणतेही क्षेत्र असो. त्या त्या क्षेत्रातील नेत्यांनी व्यक्तिगत मनांचे सामुहिक मनांमध्ये रूपांतर करण्यासाठी जी तंत्रे उपयोगात आणली ती शोधण्यासाठी विद्यार्थ्यांना खूप खोलवर जावयची मुळीच आवश्यकता भासणार नाही.

थोडक्यात काय, तर डॉ. हिल यांनी याआधी चर्चिलेल्या मनुष्याच्या मुलभूत प्रेरणांच्या माहितीमुळे नेते मंडळी मास्टर माईंडची निर्मिती करतात. ही चर्चा करताना डॉ. हिल ढोबळ शब्दयोजना करतात, याचा अर्थ असा नाही की मास्टर माईंडच्या निर्मितीसाठी एखाद्या मोठ्या सैन्याची किंवा प्रचंड संख्येतील अनुयायांची आवश्यकता असत्ते. लक्षात घ्या की मास्टर माईंडचे फायदे अनुभवण्यासाठी केवळ दोन मनांचे एकत्र येणे पुरेसे आहे. खरेतर डॉ. हिल यांच्या मते सहा ते सात जणांचा समुह यासाठी अगदी सुयोग्य आहे. परंतु यापेक्षा कमी अथवा अधिक मंडळींचा समूह सुरू करण्यास काही हरकत नाही.

तरीही, मास्टर माईंड मुळे होणारे फायदे तरी कोणते? सर्वाधिक शक्यता :

जेव्हा दोन किंवा अधिक मने एकत्र येऊन सुसंवादाने कार्य करतात तेव्हा मास्टर माईंड नावाचा चमत्कार जन्मास येतो. या समुहामधील प्रत्येक व्यक्तिला समुहातील इतर सर्व व्यक्तींच्या सुप्त मनांशी संपर्क साधता येतो आणि त्यातून ज्ञान प्राप्त करता येते. यामुळे मन प्रेरित होऊन उच्च दर्जाच्या कंपनांचा अनुभव होऊ लागतो आणि कल्पनाशक्ती तसेच जागरुकता वाढून ज्याला सहावे इंद्रिय असे म्हणतात तशा परिणामाची अनुभुती येऊ लागते. या षष्ठेंद्रियाने मनामध्ये नवनव्या कल्पनांचा साक्षात्कार घडू लागतो आणि त्या कल्पना व्यक्तीच्या मनात घोळणाऱ्या विषयाचे रुप घेऊन साकार होतात. जर अख्खा समूह एका ठराविक विषयावर चर्चा करण्यासाठी जमलेला असेल, तर जणू एखादी बाह्य शक्ती निर्देश करीत असल्याप्रमाणे प्रत्येकाच्या मनात कल्पनांचे मोहोळच उठते. मास्टर माईंड मध्ये भाग घेणाऱ्या प्रत्येकाच्या मनाचे एक लोहचुंबक होऊन ते उच्च दर्जाच्या, व्यावहारिक कल्पनांना आकर्षित करु लागते.

मास्टर माईंडमध्ये वर्णन केलेल्या वैचारिक मेळाची तुलना, एका विजेच्या तारेला अनेक बॅटरीज जोडण्याच्या कृतिशी करता येईल; ज्यामुळे एकाच तारेमधून वाहणारा विद्युतप्रवाह मात्र जोडलेल्या अनेक बॅटरीज मधील उर्जेच्या शक्तीइतका अनेकपटीनी वाढलेला असतो. अनेक मनांचा मास्टर माईंड मध्ये मेळ केल्याने नेमके असेच होते. मानसिक रसायनशास्त्राच्या तत्वानुसार प्रत्येक मन इतर सर्व मनांना इतके उत्तेजित करते की अखेरीस निर्माण झालेली मानसिक उर्जा सर्व वलये भेदून वैश्विक उर्जेशी तादात्म्य साधते.

किती अचंबित करणारा हा सिध्दांत....अणि ज्या प्रत्येकाला आयुष्यात काहीतरी कमवायचे आहे, त्या प्रत्येकासाठी किती महत्वाचा देखील ! डॉ. हिल यांची ही संकल्पना अशी आहे की एका लक्ष्यावर जेव्हा सामुहिक मनांचे ध्यान केंद्रित होते, तेव्हा प्रत्येक मन जेवढे कार्य करु शकते त्याच्या अनेकपटीने अधिक कार्यसिध्दी होते.

अमर्याद प्रेरणा, निर्मितीक्षमतेत वृध्दी, समस्यांचे निराकारण, अफाट उत्साह आणि कार्यक्षमता असे याचे अनेक फायदे आहेत.

खरंच, अधिकाधिक मंडळी याचा का बरे लाभ घेत नाहीत?

मास्टर माईंडचा उपयोग करण्यामधील मोठा अडसर म्हणजे परस्पर विरोधी महत्वाकांक्षा! दोन अशा तरुण मुलांचे उदाहरण पाहू ज्यांनी गॅरेज मधून प्रारंभ करुन आणि मास्टर माईंडचा वापर करुन आपापल्या ज्ञानाचा व दूरदृष्टीचा मेळ घातला. त्यांनी ॲपल कॉम्प्युटर कंपनीची निर्मिती करुन संगणक क्षेत्रात क्रांती घडवून आणली व आय बी एम सारख्या बलाढ्य कंपनीला आव्हान दिले. स्टीव्ह जॉब्स आणि स्टीव्ह वोझ्निअक यांच्यापाशी मोठ्या कंपन्यांकडे असते तसे ना भांडवल होते ना तंत्रकौशल्य. परंतू एकमेव लक्ष्य समोर ठेवून त्यांनी आपली सारी मानसिक उर्जा पणाला लावली आणि यश खेचून आणले.

शेवटी ॲपल मोठी कंपनी बनली, पण आयबीएम आणि तशाच इतर बलाढ्य कंपन्यांसारखी ती देखील ठेचकाळली. दोन कर्मचाऱ्यांची सारी उर्जा एकाच मोहिमेवर केंद्रित करण्याऐवजी, कंपनीने अनेक आघाड्या उघडल्या जसे की कॉर्पोरेट ग्राहकांचे समाधान, नव्या घरगुती ग्राहकांना आकर्षित करणे, नव्या संगणक प्रणालीची निर्मिती आणि भागधारकांना खुश ठेवणे...मास्टर माईंडचे अस्तित्व संपले आणि त्यचबरोबर एकेकाळी कंपनीपाशी असणारे वैशिष्ट्य देखील संपुष्टात आले.

मोठ्या संघटनांचे नक्कीच काही फायदे असतात; परंतु सर्व कर्मचाऱ्यांना एका उद्दिष्टामध्ये सामावून घेऊन मास्टर माईंड तयार करणे फार फार दुर्मिळ आहे. तेथे साधनांसाठी खूप स्पर्धा असते आणि संस्थेच्या भल्यापेक्षाही व्यक्तिगत महत्वाकांक्षा मोठी मानली जाते. विपणन विभागातील विक्रेत्यांना उत्पादनाची किंमत कमी ठेवावी असे वाटते, तर भागधारकांना नफा महत्त्वाचा वाटतो. जनसंपर्क खात्याला नवनव्या प्रलोभन योजना सुचत असतात तर विधी विभागाला कायदेपालनाची चिंता लागून राहिलेली असते.

याविरुध्द लहान गट. प्रत्येक सहभागी व्यक्तिला आपण एकत्र का काम करीत आहोत याची पूर्ण कल्पना असते. प्रत्येक कृतीचा खर्च आणि तिचे फायदे प्रत्येकाला ठाऊक असतात. ते सर्व खुल्या दिलाने चर्चा करतात, एक दुसऱ्यासमवेत प्रकटपणे विचारविमर्ष करतात. त्यांना हे ठाऊक असते की त्यांच्यापैकी एक जण जरी यशस्वी

झाला तर इतर सारेजणही यश चाखतील. मास्टर माईंड मुळे असे जवळकीने कार्य घडते.

डॉ. हिल यांनी आपल्या काळात तीन सार्वजनिक व्यक्तीमत्त्वांमध्ये मास्टर माईंड कार्यरत असल्याची चर्चा केली आहे. त्यांनी त्याला मास्टर माईंड असे संबोधिले नाही, परंतु त्यांनी त्याचीच निर्मिती केली होती. ते होते हेन्री फोर्ड, थॉमस एडिसन आणि टायर कंपनीचा जनक हार्वे फायरस्टोन. हे तिघे मित्र होते आणि अनेक वर्षे एकत्र सुट्टीवर जात असत. डॉ.हिल यांना हे खुप उल्लेखनीय वाटते की या तिघांनाही फार कमी शिक्षण मिळाले असूनही, तसेच त्यांची पार्श्वभूमी व आर्थिक स्थिती सर्वसामान्य असूनही त्यांनी आयुष्यात जे काही मिळवले ते केवळ असामान्य असेच होते. डॉ. हिल यांचा विचार असा होता की या तिघांमध्ये जे निकट बंधन होते, त्यामुळे त्यांना आपापल्या कल्पना एकमेकांशी ताडून पाहता येत, नव्या माहितीने स्वतःला अद्ययावत ठेवता येई अणि नव्या कल्पनांचा वापर करण्यासाठी संधी शोधता येत ज्या त्यांनी अगदी अमर्याद प्रमाणावर निर्माण केल्या !

(या पार्श्वभूमीवर, काही वर्षांनंतर फोर्ड मोटर कंपनी आणि फायरस्टोन टायर कंपनी यांमध्ये दरी निर्माण झाली हा दैवदुर्विलास वाटतो. फोर्ड एक्स्प्लोररसाठी असलेल्या टायर संदर्भात निर्माण झालेल्या समस्यांच्या उत्तरदायित्वावरून जो वाद झाला त्यावर हेन्री फोर्ड अणि हार्वे फायरस्टोन यांनी एकत्र बसून चर्चा केली असती तर कदाचित खूप वेगळा मार्ग निघाला असता. एकमेकांच्या नावाला धक्का पोहोचविण्यापेक्षा दोन्ही कंपन्यांनी एकमेकांना मदत केली असती आणि त्यामुळे काही आयुष्ये वाचली असती.)

'बिग सिक्स' या नावाने प्रसिध्द असलेल्या शिकागो येथील व्यापाऱ्यांच्या गटामध्ये तसेच त्या काळी सुप्रसिद्ध असलेल्या 'युनायटेड स्टेट्स स्टील कॉर्पोरेशन' च्या अधिकाऱ्यांमध्ये डॉ.हिल यांना तसेच बंध आढळले. जगातील प्रत्येक यशस्वी उपक्रमामध्ये हेच मानसिक बंध अस्तित्वात असतात. ड्रीमवर्क्स पिक्चर्स मध्ये स्टीवन स्पीलबर्ग, जेफ्री काझेन्बार्ग आणि डेव्हिड गिफेन एकत्र काम करतात. स्पीलबर्ग यांचे नाव पेपरांत अधिक झळकत असले तरी त्याचा अर्थ असा नाही की इतर दोघांचे कंपनीच्या यशामध्ये समान योगदान नाही! ड्रीमवर्क्स ही एक मोठी कंपनी आहे आणि मास्टर माईंड या संकल्पनेचा तेथल्या प्रत्येकाशी संबंध नसला तरी असे समजायला काही हरकत नसावी की कंपनीच्या कर्त्या–करवित्या मंडळींमधील कार्यसंबंधांचा

कंपनीच्या यशामध्ये खूप मोठा सहभाग आहे.

डॉ. हिल म्हणतात :

जेथे कोठे व्यवसाय, वित्त, उद्योग अथवा अशा कोणत्याही क्षेत्रामधील नेत्रदीपक यशाचा तुम्ही मागोवा घेण्याचा प्रयत्न कराल, तेथे तुमच्या ध्यानी येईल की त्या यशाच्या मागे अशी एखादी व्यक्ती नक्कीच आहे, जिने मानसिक रसायनशास्त्राचा वापर करुन 'मास्टर माईंड' ची निर्मिती केलेली आहे. अशा नेत्रदिपक कामगिरीमागे एखादीच व्यक्ती असल्याचे प्रथमदर्शनी भासते खरे; परंतु नीट निरीक्षण केले तर लक्षात येते की त्या व्यक्तीने इतर व्यक्तींच्या मनांचे आपल्या स्वत:च्या मनाशी फार काळजीपूर्वकरित्या समन्वयन केलेले आहे.

शक्ती(मनुष्य शक्ती) म्हणजे असे संगठीत ज्ञान, जे बौध्दिक कृती मधून अभिव्यक्त होते.

एखाद्या उपक्रमामध्ये सहभागी झालेल्या व्यक्तींनी आपले ज्ञान आणि आपली ऊर्जा जर अत्यंत सुसंगतपणे वापरली नाही तर त्या प्रयत्नास संगठीत म्हणता येणार नाही. अश्या समन्वयीत आणि सुसंगत प्रयत्नाचा अभाव हेच अनेक व्यवसायांच्या अपयशाचे कारण असते.

डॉ. हिल त्यानंतर त्यांनी शिकविलेल्या वर्गातील एक गोष्ट सांगतात. हेन्री फोर्डच्या संपत्तीचे वर्णन करणारा एक निबंध लिहिण्यास आपल्या वर्गास त्यांनी सांगितले होते. त्यातील बहुतेक सर्वांनी त्यांच्या शेअर्स, कारखाने आदींचे वर्णन केले होते. परंतु एका विद्यार्थ्याने मात्र लिहिले की :

'हेन्री फोर्डच्या महत्त्वाच्या मालमत्तेमध्ये दोन गोष्टींचा अंतर्भाव होतो: (१) खेळते भांडवल, कच्चा माल आणि पक्का माल; (२) हेन्री फोर्ड यांनी स्वत: कमावलेले ज्ञान, तसेच त्यांच्याशी सहकार करणारी अशी एक सुप्रशिक्षित संस्था; जी हे ज्ञान फोर्ड यांच्या दृष्टीकोनामधून फायदेशीररित्या कसे वापरावे हे उत्तमपणे जाणते. मालमत्तेच्या या दोन घटकांचे रुपये आणि पैश्यामध्ये यथायोग्य मूल्यमापन करणे केवळ अशक्यच आहे. परंतु माझ्या मते त्यांचे तुलनात्मक मोल असे असावे :

फोर्ड संस्थेचे संगठीत ज्ञान : ७५%

रोख रक्कम तसेच इतर सर्व स्थावर आणि जंगम मालमत्ता : २५%

या कल्पनेशी डॉ. हिल सर्वतोपरी सहमत आहेत. ते म्हणतात.

हेन्री फोर्ड यांची सर्वात मोठी मालमत्ता म्हणजे त्यांचा मेंदू, हे निर्विवाद. यानंतर महत्त्वाचे म्हणजे, त्यांचा निकटच्या सहकाऱ्यांची बुध्दिमत्ता.कारण या दोहोंच्या सहकारामधूनच ते त्यांची स्थावर मालमत्ता निर्मित झालेली आहे.

फोर्ड मोटर कंपनीच्या मालकीचा प्रत्येक कारखाना, यंत्राचा प्रत्येक भाग, कच्च्या आणि पक्क्या मालाचा प्रत्येक टन, प्रत्येक तयार मोटार, बँकेमधील प्रत्येक रुपया जरी नष्ट केला, तरीदेखील फोर्ड जगातील सर्वाधिक प्रबळ व्यक्ती ठरतील. ज्या मेंदुंनी फोर्ड यांच्या व्यवसायाचे साम्राज्य उभे केले आहे, ते मेंदू थोड्याच कालावधीत त्याची पुनर्निर्मिती करतील. फोर्ड यांच्यासारख्या बुध्दिमत्तेसाठी असामान्य अपरिमित प्रमाणात भांडवल सदैव उपलब्ध असते.

या लेखकाला जेवढे ज्ञात आहे त्याप्रमाणे, फोर्ड हे आर्थिकदृष्ट्या जगातील सर्वाधिक प्रबळ व्यक्ती आहेत याचे कारण हेच की संगठीत ज्ञानाचा व्यावहारिक उपयोग ते जगातील इतर कोणत्याही माणसापेक्षा अधिक उत्तमरित्या करू शकतात.

पण अर्थातच हेन्री फोर्ड हे आर्थिकदृष्ट्या जगातील सर्वाधिक प्रबळ व्यक्ती सदैव राहू शकले नाहीत. फोर्ड यांनी केलेल्या काही घोडचुकांबद्दल डॉ. हिल भाष्य करतात. फोर्ड यांच्या – 'माझ्या ग्राहकांना मी गाडीचा रंग निवडण्याचे पूर्ण स्वातंत्र्य देतो – जोवर तो रंग केवळ काळाच असेल' – या दर्पोक्तीमध्ये यांच्या विनाशाची बीजे रुजलेली होती. 'मर्म यशाच्या सिध्दांताचे' प्रसिध्द झाल्यानंतरच्या दोन दशकांत फोर्ड यांना मागे टाकून जनरल मोटर्स कंपनी पुढे निघून गेली हे ध्यानात घेण्यासारखे आहे. जनरल मोटर्सच्या यशाचे एक महत्त्वाचे कारण हे होते की जेव्हा फोर्ड मोटर कंपनी कुठलीच नवनिर्मिती करीत नव्हती तेव्हा जनरल मोटर्स आपल्या गुणी डिझाईन टीम कडून येणाऱ्या नवनव्या कल्पनांचे मोकळेपणाने स्वागत करीत होती. हेन्री फोर्ड

जरी वाहनव्यवसायाचे अर्धव्यु होते तरी मास्टर माईंड कल्पनेचा उत्तम वापर 'जीएम' ने केलेला दिसतो.

जगातील सर्वाधिक आर्थिकदृष्ट्या प्रबळ व्यक्ती म्हणून कोणा एकाचे नाव घेणे आता कठीण आहे. पण जर स्टीव केस किंवा बिल गेटस उद्या अचानक बेरोजगार झाले, तरी यशस्वी कंपन्यांची उभारणी करण्याची त्यांची कुवत ध्यानी घेता, 'पुनश्च हरी ओम्' करून विनासायास ते तितकेच यशस्वी होतील, यात काही शंका आहे कां? हो, हे खरे आहे की कोणाकोणाचे नशीब अचानक फळफळते. पण केवळ नशिबाची साथ सदैव टिकत नाही. त्याला कष्टाची जोड द्यावीच लागते.

आपल्यापाशी जी काही संपदा आहे, त्यावर पुढील बांधकाम करण्याला डॉ. हिल 'संगठीत ज्ञान' असे म्हणतात. संगठीत ज्ञानाचे बलात रुपांतर होते हे आपण पहिले, आणि :

बळ आणि यश हे समान अर्थी शब्द आहेत. एकातून दुसरे समुत्पन्न होते; म्हणूनच वैयक्तिक प्रयत्नांचे सुसंगत संयोजन करण्याच्या तत्त्वाचा वापर करून अथवा इतर कोणत्याही मार्गाने बळ विकसित करण्याचे ज्ञान व कुवत ज्या कोणाही व्यक्तिमध्ये असेल, ती व्यक्ती यशस्वीरित्या पूर्ण होवू शकेल अशा कोणत्याही प्रकल्पात नक्कीच यश प्राप्त करू शकेल.

साहजिकच, तुम्ही जितके अधिक ज्ञान गोळा करू शकाल आणि वापरू शकाल तितके उत्तम. भांडवल आणि नावापेक्षा संगठीत ज्ञान चांगले, कारण त्याचे रूपांतर तुम्ही मालमत्तेत करू शकता. मास्टर माईंड संकल्पनेने तुम्ही तुमचे ज्ञान आणि त्याचा व्यावहारिक वापर या दोन्ही गोष्टी वर्धित करू शकता. तर मग, मास्टर माईंड कल्पना राबविण्यासाठी नक्की काय बरे केले पाहिजे?

सुसंवादाचे मानस–शास्त्र

आपला पुढील खंड आरंभ करण्याआधी डॉ. हिल दक्षतेचा पवित्रा घेतात :

सुसंगत समायोजनाचा आभास निर्माण करणाऱ्या मनांच्या प्रत्येक गटामधून 'मास्टर माईंड' अळंब्यांसारखे त्वरित फोफावेल अशा भ्रमात राहू नका!

स्वत:ला ख्रिस्ती म्हणवणाऱ्या समुदायामध्ये खऱ्याखुऱ्या ख्रिश्चन धर्माचे पालन करणारे जितके दुर्मिळ; तितकाच खऱ्या अर्थाचा सुसंवादही तितकाच दुर्मिळ!

सुसंवादाच्या केंद्राभोवती 'मास्टर माईंड' नावाची मानसिक अवस्था विकसित करावी लागते. या घटकाविना 'मास्टर माईंड' घडूच शकत नाही, हे शाश्वत सत्य होय.

आपल्या 'लीग ऑफ नेशन्स' या संकल्पनेमध्ये, जगातील सुसंस्कृत देशांचे प्रतिनिधित्व करणाऱ्या 'मास्टर माईंड' चा विकास करावा असे वूड्रो विल्सन यांा अभिप्रेत होते. विश्वबंधुत्वाच्या कल्पेनेचे सर्वांत विकसित असे रूप विल्सन यांच्या या कल्पनेच्या मुळाशी होते. लीग ऑफ नेशन्स अथवा सुसंवादाच्या आत्म्याने आंतराष्ट्रीय मनांची गुंफण घालणारी दुसरी कोणती तरी संघटना लवकरच नक्कीच सत्यात उतरेल.

'लीग ऑफ नेशन्स'च्या विघटनावर अश्रू ढाळणारे आणि तिच्या वारसाचे – युनोचे – भाकीत वर्तविणारे डॉ. हिल काही एकटेच नव्हते. एक देशभक्त म्हणून त्यांना हे देखील ज्ञात होते की 'लीग ऑफ नेशन्स'च्या अपयशाचे मुख्य कारण अमेरिकेचा त्यामधील असहभाग हे होते – जरी ती आपल्या स्वत:च्या राष्ट्राध्यक्षांचीच कल्पना होती, तरीही. लीग कोसळली कारण तिच्या प्रयोजनासाठी जगातील महत्त्वाच्या सत्तांमधील सहकार अत्यंत आवश्यक होता. अमेरिकेच्या सहभागाविना ते केवळ अशक्यच होते. 'मास्टर माईंड'[२] होता होता राहून गेलेली, अशी ती संस्था झाली होती.

मात्र 'सुसंवाद' म्हणजे एक चकवा असतो. यासंदर्भात डॉ. हिल 'धर्माच्या पुनरुज्जीवनावरील' जुनाट पध्दतींच्या सभांचे दाखले देतात. १९३० साली देखील त्यांना ते 'जुनाट' संबोधत असत. या सभांमध्ये निर्माण होणारी उर्जा जरी प्रबळ असली, तरी ती अल्पजीवी असे. जेथे सहभागी मंडळी एकत्र येतात, विचार–विनिमय

---

२. जरी काही आणीबाणीच्या परिस्थितीमध्ये 'युनो' स्वत:ला संघटीत करू शकत असली, तरी मास्टर माईंड संकल्पनेचे 'युनो' हे तितकेसे योग्य उदाहरण म्हणता येणार नाही. 'युनो' अनेक वेळा भरकटत असली, तरी जगातून देवी सारख्या महाभयंकर साथीचे उच्चाटन करण्यामध्ये युनोने केलेली कामगिरी विसरता येण्याजोगी नक्कीच नाही. अशी आहे मास्टर माईंड संकल्पनेची शक्ती!

करतात, एकमेकांशी मैत्रीचे बंध विकसित करतात अश्या विक्री–परिसंवादात किंवा संस्थेच्या मेळाव्यांत देखील हेच घडते.

त्याला मानस–शास्त्र म्हणा, मनाचे रसायनशास्त्र म्हणा किंवा तुम्हाला आवडेल असे इतर काही (या सर्वांचे मूळतत्त्व आहे)! जेव्हा अत्यंत सुसंगत अवस्थेमध्ये मनांचा समूह एकमेकांच्या संपर्कात आणला जातो, तेव्हा त्या समूहामधील प्रत्येक मनाला 'मास्टर माईंड' नावाची दृश्य ऊर्जेची पूरक शक्ती त्वरित प्राप्त होते.

नेमुन दिलेल्या उद्दिष्टांच्या पूर्ततेसाठी, कोणताही अंतर्गत संघर्ष न करता, लोकांच्या एखाद्या समुदायाकडून कार्य करून घेणे किती अवघड असते, हे कोठलाही उद्योगपती किंवा कोणत्याही क्षेत्रातील नेता नक्कीच समजू शकतो. कितीही व्यवस्थित मेळ घातलेल्या वातावरणात व्यक्तिला सोडले, तरी तिच्या आतील शक्तिंची सुसंगती साधणे अवघड असते. विचार करा, एका माणसाच्या मनाच्या आतील रसायनाची सुसंगती साधणे इतके अवघड, तर मग अनेक माणसांच्या समुदायामधील अनेक मनांचा सुसंवाद साधून 'मास्टर माईंड' संकल्पनेच्या उपयोगाने त्यांच्याकडून नियमबध्द पधदतीने कार्य साधून घेणे किती बरं कठीण जात असेल?

ज्या नेत्याकडे अक्कलहुशारी, संयम, आत्मविश्वास, मनाच्या रासायनिकीचे गहिरे ज्ञान तसेच किंचितही नाराज न होता बदलणाऱ्या परिस्थितीशी स्वत:चे अनुकूलन करून घेण्याची तयारी (सुसंवाद आणि समतोलाच्या परिपूर्ण अवस्थेमध्ये) या गुणांचा ठेवा असतो, त्यालाच केवळ 'मास्टर माईंड' मधील उर्जाशक्तीचा विकास व मार्गदर्शन साधते.

आपल्या बुध्दीच्या आतील प्रेरणांचा सुसंवाद साधण्यासाठी यशाच्या सिध्दांतांचा मोठा फायदा होतो. एका निश्चित ध्येयाच्या पूर्ततेसाठी अभिमुख झालेले मन इतर गोष्टींनी विचलित होत नाही. आत्मविश्वास, कल्पकता, उत्साह, स्वनियंत्रण, उमेद, आल्हाददायी व्यक्तिमत्त्व, अचूक विचारसरणी आणि एकाग्रता या सर्व गुणांच्या स्वाध्यायाने तुम्हाला तुमच्या आतील बलांचे नियंत्रण करणे आणि

इतरांच्या मनातील शक्तींचा सुसंवाद साधणे शक्य होते.

बदलत्या परिस्थितीमध्ये आपले उद्दिष्ट साध्य करण्यासाठी यशस्वी नेत्याला आपल्या मनाचा रंग सरड्याप्रमाणे बदलता आला पाहिजे. एवढेच नव्हे, तर आपला मूड किंवा आपली मनस्थिती बदलताना त्याच्या मनाचा तोल बिलकुल ढळता कामा नये.

या कुवतीविना कोणताही नेता सामर्थ्यवान होवू शकत नाही आणि सामर्थ्यविना कोणताही नेता दीर्घकाळ टिकू शकत नाही.

सुसंवाद निर्माण करणे ही तारेवरची कसरत आहे. विशेषत: तरुण 'मास्टर माईंड' मध्ये यासाठी फार प्रयत्न करावे लागतात. पण हे सुध्दा तितकेच खरे आहे की लोकांना सुसंवादी वातावरणामध्ये राहणे आवडते – विशेषत: उत्पादक सुसंवादी वातावरणात अशा वातावरणामध्ये लहानश्या यशाचेही प्रवधन होते. तुमच्या मास्टर माईंडला पहिल्या यशाची चव चाखुद्या, आणि सर्वजण पहा कसे तुमच्याशी ताबडतोब सहकार्य करु लागतील. याचा अर्थ असा नाही की पुढे अडचणी उभ्या ठाकणार नाहीत. पण ज्याप्रमाणे एखादा नौसेना अधिकारी त्याला परिचित असणाऱ्या खलाश्यांबरोबर युध्दात उतरणे अधिक पसंत करेल, त्याच प्रमाणे आपल्या 'मास्टर माईंड' मधील सहयोग्यांना तुम्ही जाणलेत, तर त्यांचे नेतृत्व करणे तुम्हाला सोपे जाईल.

जे नेते सुसंवाद निर्माण करू शकतात, अशांना अवघे जग शोधत असते. केवळ निराश आणि निंद्य व्यक्तीच त्यांना घाबरून असतात. सुसंवादाची निर्मिती हे केवळ शास्त्रच नव्हे, तर कलादेखील आहे आणि त्याच्या निर्मितीच्या वेणा सोसताना निराश होऊन चालत नाही. सातत्य आणि लक्ष्यावरील अढळ श्रध्दा हेच तुमचे या प्रयत्नांमधील खरे सोबती. यापुढील प्रत्येक पाठामध्ये, आवश्यक तो सुसंवाद निर्माण करण्यासाठी अनेक नव्या कल्पना तुम्हाला सांगितलेल्या आढळतील.

हा पहिला पाठ खुप दीर्घ झाला. डॉ. हिल यांनी आपल्या दोन महत्वाच्या संकल्पना स्पष्ट करण्यासाठी याचा उपयोग केला आहे. मन:शक्ती आणि सुसंवादाचे महात्म्य! आता ते या पहिल्या पाठात सांगितलेल्या कल्पनांचा विस्तार यापुढील पाठांत मोठ्या चापल्याने करतील.

त्यांनी जे लिहिलेले आहे ते आणि त्या सोबतचा मजकूर वाचताना या दोन

संकल्पना सतत ध्यानी असुद्या. मनाची शक्ती आणि सुसंवादाची शक्ती वापरुन सर्व काही प्राप्त करता येऊ शकते. आपल्या कार्यासाठी त्याचा वापर फार उत्तमरीत्या कसा करता येतो, हे यापुढील प्रत्येक धड्यामधून तुम्हाला जाणून घेता येईल. मात्र त्यासाठी तुम्ही येथे जे लिहिलेले आहे त्यापलीकडे जाण्याचा प्रयत्न केला पाहिजे आणि तुमच्या आयुष्याची व परिस्थितीशी निगडीत अशा कल्पनांचा व्यावहारीक उपयोग कसा करता येईल ते सतत शोधले पाहिजे.

यशाचा सिध्दांत म्हणजे एखादे सूत्र नव्हे. प्रसिध्दी आणि यश प्राप्त करण्याच्या सतरा सोप्या पायऱ्या काही येथे सांगितलेल्या नाहीत. त्याचा फायदा होण्यासाठी क्रीयापूर्ण सहभाग आणि संपूर्ण अर्थबोध होणे आवश्यक आहे. सर्व अडचणींवरील हा रामबाण इलाज नाही. प्रत्येक परिस्थितीमध्ये याचे अनुकूलन करुन वापर करणे फक्त तुम्हालाच जमेल.

ही नेपोलीयन हिल यांची यशाची मुलतत्वे आहेत. आता वेळ आली आहे – ती **तुमच्या** यशाची तत्वे बनविण्याची !

पाठ दोन

निर्दिष्ट मुख्य लक्ष्य

सारांश

'मास्टर माईंड' आणि त्याचे परिणाम या विषयावरील आपल्या दीर्घ तसेच बहुआयामी विवेचनानंतर नेपोलियन हिल यांनी, संक्षिप्त परंतु स्पष्ट अश्या धड्यांच्या शृंखलेमधून त्यांनी त्याकाळी व्याख्या केलेली यशाची मूलतत्वे वर्णिलेली आहेत. या पाठामधील त्यांचे आरंभीचे वाक्यच त्यांच्या या भूमिकेची साक्ष देते :

> **कोणत्याही उपक्रमामध्ये यशस्वी होण्यासाठी तुमच्या समोर निश्चित असे ध्येय पाहिजे. तसेच, ते ध्येय साध्य करण्याचे निश्चित नियोजनदेखील तुमच्यापाशी हवे. निश्चित योजना व कार्यप्रणाली यांची पध्दतशीरपणे आणि नेमाने अंमलबजावणी केल्याशिवाय, साध्य करण्याजोगे असे काहीच आणि कधीच हशील करता येत नाही.**

निर्दिष्ट मुख्य लक्ष्याला हिल यांनी प्राधान्य दिले कारण त्यांना हे ठाऊक होते की माणसाच्या कर्तृत्त्वामधील हाच सर्वात मोठा अडसर आहे. एखाद्या व्यक्तीकडे निर्दिष्ट मुख्य लक्ष्य नसण्याची असंख्य कारणे असू शकतील, परंतु त्याच्या अभावाचे केवळ एकच भविष्य असू शकते : अपयश!

अनेक यशस्वी नेत्यांच्या असंख्य मुलाखती घेतल्यानंतर हिल या निष्कर्षाप्रती पोहोचले होते. आयुष्यभर, वारंवार ते हेच सांगत असत की यामधील कोणतीही यशस्वी व्यक्ती केवळ आपल्या नशिबाच्या जोरावर येथवर पोहोचली नव्हती.

योगायोगाने जशी तुम्हाला एखादी असामान्य संधी मिळू शकते तसेच एखादे अरीष्टही तुमच्या पानात वाढले जावू शकते. एखाद्या ध्येयाचा पाठपुरावा केल्याशिवाय तुम्हाला कधीत शाश्वत यश प्राप्त होऊ शकत नाही.

पाठ्यांश

विरोधी परिस्थितीवर मात

गेल्या वीस वर्षांमध्ये लेखकाने विविध क्षेत्रामधील वीस हजारांहून अधिक व्यक्तींचे विश्लेषण केलेले आहे आणि धक्कादायक गोष्ट अशी की यामधील ९५ टक्के लोक 'अपयशी' असा शिक्का माथ्यावर घेऊन बसलेले होते. याचा अर्थ असा की ते जेमतेम हातातोंडाची गाठ घालू शकत होते – कित्येकांना तर तेदेखील जमत नव्हते. उरलेले ५ टक्के लोक अशा अर्थाने यशस्वी होते की ते त्यांच्या सर्व गरजा भागवून, आपल्या आर्थिक स्वातंत्र्यासाठी काही शिल्लक बाकी टाकू शकत होते.

आता महत्त्वाची गोष्ट अशी की या ५ टक्के लोकांपाशी निर्दिष्ट मुख्य लक्ष्य होते आणि ते प्राप्त करण्याची योजनाही होती. दुसऱ्या शब्दांत सांगायचे तर, आपल्याला काय हवे याचे चित्र ज्यांच्यापाशी स्पष्ट होते आणि ते प्राप्त करण्याची योजनाही होती, ते लोक यशस्वी होत होते आणि आपल्याला काय हवे हे ज्यांना ठाऊक नव्हते, त्यांना काहीच प्राप्त होत नव्हते.

यशाची व्याख्या काहीशी फसवी आहे. ''अंतिम आर्थिक स्वातंत्र्या' ची व्याख्या प्रत्येकाने प्रत्येकाची करायची असते. एखादा माणूस परदेशगमनाची, उत्तम कपड्यांची आणि उत्तम मदिरेच्या साठ्याची स्वप्ने पाहिल तर दुसरा म्हणेल की स्वातंत्र्य या कोठल्याही ऐश्वर्याविना प्राप्त होईल व तो सामान्य परिस्थितीत संतुष्ट राहील. खरं तर, तुमच्या परिस्थितीचे विश्लेषण डॉ. हिल यांनी केले असते तर तुमच्या स्वत:च्या आयुष्याबद्दलचे त्यांचे विश्लेषण तुमच्यापेक्षा खुपच वेगळे झाले असते.

यशाची व्याख्या प्रत्येकाने आपली आपणच करायची असते हे समजून येणे, निर्दिष्ट मुख्य लक्ष्य ठरवण्यासाठी फार आवश्यक आहे. ऐशोरामी महाल आणि

सामाजिक क्षेत्रामध्ये वजनदार नाव असे तुमचे स्वप्न आहे का? मग ज्या माणसाचे स्वप्न कुटुंबियासमवेत वेळ घालवणे आणि मुलभूत आर्थिक सुरक्षा प्राप्त करणे हे आहे, त्याच्या योजनेपेक्षा तुम्हाला खूप भव्य अशी योजना आखली पाहिजे.

याचा अर्थ असा बिलकुल नाही की तुम्ही तुमच्या स्वप्नामध्ये काटछाट करावी. नेपोलियन हिल यांच्या कल्पना तसे तुम्हाला करावयास सांगत नाहीत. अनेक क्षेत्रांमधील यशाची व्याख्या पैशांत होत नाही. शास्त्र, कला, समाजसेवा, राजकारण, कायदा इत्यादी क्षेत्रांमध्ये यशाचे मोजमाप पैशांत नसून नवप्रवर्तन, प्रगती किंवा प्रसिध्दी यामध्ये होत असते. यशाची मूलतत्त्वे या क्षेत्रांना देखील तितकीच लागू पडतात, जितकी ती आर्थिक स्वातंत्र्यप्राप्तीसाठी उपयुक्त ठरतात.

तरीही यशाची कशीही व्याख्या केली तरी तुमची स्वत:ची व्याख्या आणि योजना तयार केल्याशिवाय यशप्राप्ती अशक्य आहे. व्याख्या – पक्के उद्दिष्ट्य – दोन पातळींवर आवश्यक आहे. कारण एक म्हणजे – जसे आता काही क्षणांत आपण वाचू त्याप्रमाणे – ते असल्याशिवाय नियोजन करणे अशक्य आहे. एक ध्यानी ठेवा – यशाची व्याख्या कशी करायची हे समजल्याशिवाय तुम्ही स्वत:ला यशस्वी म्हणवून घेऊ शकत नाही.

ही कल्पना फार सोपी असल्याने तिच्याकडे सहज दुर्लक्ष होते परंतु अनेक लोकांच्या अपयशामागे हेच कारण असते. त्यांच्या यशाची व्याख्या फारच संदिग्ध असते. इतरांचे आयुष्य पाहून, मासिकांमध्ये वाचून, टीव्हीवरील जाहिराती पाहून अशी मंडळी ती व्याख्या करीत असतात आणि सतत ती बदलतही असतात. मतितार्थ, ती इतर कोणाच्या यशाच्या कल्पनांप्रमाणे बनत नाहीत व स्वत:ला अपयशी समजू लागतात. चार्लस किंग्सले यांच्या शब्दांत सांगायचे तर ते ''असे वागतात की आराम आणि ऐश्वर्य याच काय त्या आयुष्याच्या मुख्य गरजा आहेत, जेव्हा सत्य मात्र हे असते की आनंदी होण्यासाठी सर्वात महत्त्वाचे काय तर असे काही तरी ज्याबद्दल आपणास उल्हसित वाटावे..''

यशाची आपली व्याख्या बनविल्यामुळे स्वत:ला यशस्वी म्हणवून घेण्यासाठी इतर कोणत्याही कुबड्यांची आवश्यकता वाटत नाही. कदाचित तुम्हाला शरीरात आठ टक्के चरबी आणि पोलोच्या तट्टूची झुंड हवी असेल. किंवा कदाचित तुम्हाला आपले आयुष्य सार्थकी लागावे असे काहीतरी वाटत असेल किंवा तुमच्या नोकरीमधील कौशल्यासाठी तुमचे नाव व्हावे असे तुम्हाला वाटत असेल. पण जर तुम्ही त्या

पोलोच्या तट्टूच्या मागे असाल तर ज्या गोष्टी तुम्हाला खरोखरीच मौल्यवान वाटतात त्या पिछाडीस जातील.

एक निश्चित उद्दिष्ट्य ठरवण्याचा पुरस्कार करणारे डॉ. हिल काही एकमेव नव्हते. निश्चित लक्ष्याबद्दल लिहिणारे ते पहिलेच व्यक्ती नसले तरी आधुनिक प्रेरणादायी साहित्यामध्ये त्यांनी या संकल्पनेला महत्त्व प्राप्त करून दिले. जवळजवळ ऐंशी वर्षांमागे हेन्री डेव्हिड थोरू यांनी लिहून ठेवले होते की, ''दूरगामी काळात माणसे केवळ आपल्या लक्ष्याचाच वेध करतात.'' नेपोलियन हिल यांनी आपले विचार प्रकाशित करण्यास सुरुवात केल्यानंतर पन्नास वर्षांनी 'उद्दिष्ट्य निश्चित करणे' या विषयावर नियमित चर्चासत्रे झडू लागली. ज्युडीथ बर्डविक म्हणाले – ''आपल्याला काय प्राप्त करायचे आहे याचे चित्र मनात स्पष्ट असणारी महत्त्वाकांक्षी माणसे फार थोडी असतात. बहुतेक माणसांची नजर केवळ पुढील यशाकडे किंवा पगारामधील बढतीकडे लागलेले असते.'' हिल यांच्याशी सहमत होत – परंतु अधिक आशावादी सुरात – व्यवस्थापन गुरु पिटर ड्रकर म्हणतात – ''उद्दिष्टाधित व्यवस्थापन तरच यश देईल, जर तुम्हाला तुमची उद्दिष्ट्ये व्यवस्थितपणे ठाऊक असतील. नव्वद टक्के वेळा असे असत नाही.''

या न–कर्त्या मंडळीपेक्षा तुम्ही स्वत:ला वेगळे घडवू शकता!

लक्ष्य आणि नियोजन यामुळेच सर्व वेगळे घडते

आर्थिक महामंदीच्या तडाख्यात सापडलेल्या ग्रीस देशातील जनतेसाठी डॉ. हिल १९३० साली एक लेख लिहीत होते. बेरोजगारी वाढल्यामुळे आर्थिक सुरक्षितता सर्वांच्याच अग्रक्रमावर होती. साहजिकच, डॉ. हिल यांची उदाहरणे या निकडीच्या गरजेवर उतारा शोधणारी होती. परंतु एखादा काळजीपूर्वक वाचणारा हे पाहू शकेल की डॉ. हिल 'लवकरात लवकर श्रीमंत व्हा!' असा सल्ला देत नव्हते. आपण जे काम करीत आहोत त्याचा सार्थ अभिमान असणाऱ्या लोकांची ते उदाहरणे देत होते. ते म्हणतात :

जर एखादा माणूस अश्या व्यवसायात असेल, ज्यामध्ये तो ज्यांना वस्तू विकत आहे किंवा सेवा पुरवत आहे अशा ग्राहकांनी त्याला वारंवार सेवेचा अवसर देणे आवश्यक आहे, तर हा परिणाम साधण्यासाठी त्याच्याजवळ एक 'निश्चित योजना' असणे अत्यंत आवश्यक आहे. योजना कोणतीही असो – पण ती 'हटके' असावी

आणि त्याच्या ग्राहकांच्या मनावर चांगला परिणाम करणारी असावी. जेव्हा ग्राहक आपल्याकडे येऊन एखाद्या वस्तूची मागणी करतो तेव्हा तिची पूर्तता करण्याचे काम सर्वच व्यावसायिक करतात. परंतु ज्या काही एका 'अदृश्य' गोष्टीमुळे तो ग्राहक त्या वस्तूची पुन्हा-पुन्हा व अधिकाधिक मागणी नोंदवू शकेल, त्या 'अदृश्य' गोष्टीला जाणण्याचे कसब सर्वांनाच साधत नाही. 'निर्दिष्ट मुख्य लक्ष्य' आणि ते प्राप्त करण्यासाठी 'निश्चित नियोजन' याची गरज ही इथे भासते.

अलीकडच्या काळात पेट्रोल पंप गल्लोगल्ली झालेले दिसतात. हर एक पंपावर विकले जाणारे पेट्रोल, तेल आणि इतर वस्तूंच्या गुणवत्तेत फारसा काही फरक आढळून येत नाही. पण असे असताना देखील, कित्येक वाहनचालक आपल्या आवडीच्या पेट्रोल पम्पावरतीच पेट्रोल खरेदी करण्यासाठी मैलोनमैल वाट वाकडी करतात.

आता प्रश्न असा की – 'ही मंडळी असे वागण्यामागचे प्रयोजन तरी काय?' आणि याचे उत्तर असे – 'माणसे अश्याच ठिकाणी व्यवहार करणे पसंत करतात ज्या ठिकाणची माणसे त्यांच्यावरील नात्यात गुंतवणूक करतात.'

ही गुंतवणूक म्हणजे काय? तर, त्या ठराविक पम्पावरच्या माणसांनी वाहनचालकांच्या गरजेचा अभ्यास करण्याची 'निश्चित योजना' आखलेली असून, ग्राहकाने परत आपल्याकडे यावे असा त्यांचा उद्देश आहे. केवळ उत्तम दर्जाचे पेट्रोल देवून इतर पंपांना त्या विशिष्ट पंपावरील व्यवस्थापकाशी स्पर्धा करता येणार नाही, जो आपल्या ग्राहकांचे गुणधर्म व आचार-विचार उत्तमपणे जाणतो आणि त्याप्रमाणे सेवा पुरवितो. एका पंपावरील व्यवस्थापक आत येणाऱ्या प्रत्येक गाडीचे टायर पाहतो आणि ज्या टायरमध्ये हवा कमी दिसते, त्याला ताबडतोब हवा पुरवितो. जर समोरची काच धुळीने माखली असेल, तर ओल्या फडक्याने साफ करून देतो. अख्खी गाडीच धुळीने माखली असेल तर फडका घेवून गाडी स्वच्छ करू लागतो. या आणि अश्या अनेक पध्दतींनी तो वाहनचालकाच्या मनावर आपल्या 'वेगळ्या'

सेवेचे प्रतिबिंब उमटवितो. हे काही 'अचानक' घडत नाही. हे करण्यासाठी त्याच्याजवळ 'निश्चित योजना' आणि 'निश्चित उद्देश' असतो – आणि तो उद्देश असा की वाहनचालकांना पुन्हा आपल्याच पंपावर परत आणणे!

नेपोलियन हिल यांनी पेट्रोल पंपांवर प्रवचन दिल्याच्या कालापासून जगात खूप बदल घडले आहेत आणि यातील काही प्रतिमा तर आजकालच्या काळात खुपच विसंगत वाटतात. कल्पना करा की पुढच्या वेळी जेव्हा तुम्ही पंपावर जाल, तेव्हा कोणीतरी तुमची गाडी पुसून लक्ख करीत आहे... परंतु या कथेमधून डॉ. हिल आपल्या मनामध्ये हे रुजविण्याचा प्रयत्न करीत आहेत की यश म्हणजे केवळ फॉर्च्यून ५०० कंपनी चालविणे नव्हे! सत्तरहून अधिक वर्षापूर्वी त्यांनी तेव्हाच्या आणि आजही जवळपास तशाच राहिलेल्या, पेट्रोल पम्पासारख्या सामान्य ठिकाणी यश रुजताना पाहिले... आणि त्यांनी त्या यशाचे व त्या यशामागच्या दृष्टिकोनाचे कौतुक केले.

पुढल्या वेळी पेट्रोल विकत घेण्यासाठी जाल तेव्हा स्वत:ला विचारा की काय आपण अशा ठिकाणी आलो आहोत का, जेथे आपले स्वागत होते? याची अनेक दाखले तुम्हाला दिसतील – अगदी ज्या पध्दतीने तेथील रोखपाल (अजूनही असेल तर!) तुमच्याशी संवाद साधतो इथपासून ते पेट्रोल भरताना तुम्हाला मिळणाऱ्या इतर सेवापर्यंत! तुम्हाला असे वाटते का, की हा पेट्रोल पंप केवळ योगायोगाने असा चालतो की यामागे तुमचा भविष्यातील सारा व्यवसाय प्राप्त करण्याची आकांक्षा व त्यासाठी तयार केलेली निश्चित अशी योजना आहे? चांगली उद्दिष्ट्ये मनात बाळगणे उत्तमच, परंतु ती काळजीपूर्वकरित्या अश्या प्रकारे अभिव्यक्त देखील करावी, ज्यायोगे ग्राहकाचा पेट्रोल विकत घेण्याचा साधा अनुभवही समृद्ध होऊन जातो.

आपल्या मनातील उद्दिष्टांची काळजीपूर्वक अभिव्यक्ती केल्याने, आपले स्पष्ट लक्ष्य आणि ते प्राप्त करण्यासाठीची अचूक योजना दाखवून देता येते. तुम्ही नेपोलियन हिल यांची इतर पुस्तके वाचलेली असतील तर आपले मुख्य लक्ष्य पक्के करणे किती आवश्यक असते, हे तुम्हाला ठाऊक असेलच. तुम्ही ते लिहून काढले पाहिजे – एक, दोन वाक्यांत आणि सकारात्मक शब्दांच्या योजनेने स्वत:ला हे सांगितले पाहिजे की तुमच्या मते तुम्ही कसे यशस्वी होऊ शकता!

हे झाल्यावर ताबडतोब तुम्हाला हवे ते मिळविण्याची योजना लिहून काढा.

अंतरिम ध्येये नोंदवा – पुढील आठवड्यात काय तडीस न्यावयाचे आहे, नंतरच्या दोन महिन्यांत काय, पुढील वर्षात काय आणि पुढील पाच वर्षात काय मिळवायचे आहे, ते लिहा. ही 'ध्येयवाक्ये' अत्यंत नेमकी असू द्यात. स्वत:ला तातडीची आणि शक्यतेची समज देण्यासाठी त्यांना तारखांचे बंधन घाला. नव्या गोष्टी शिकाल किंवा नव्या शक्यतांची चाचपणी कराल तेव्हा तुमची योजना जरूर बदलू शकते, पण तुम्ही ते जाणीवपूर्वक केले पाहिजे आणि ते सिध्दीस नेण्यासाठी प्रयत्न करीत राहिले पाहिजे. नेपोलियन हिल यांनी इतरत्र म्हटल्याप्रमाणे – 'तुमच्या विचारावर त्यांचा सदैव प्रभाव राहिला पाहिजे.'

त्याचे कारण असे :

'निश्चित मुख्य लक्ष्य' हा सिध्दांत ज्या मानसशास्त्रीय तत्त्वावर आधारित आहे, त्याचा जरा सखोल अभ्यास करू. मानवी मन एखाद्या लोहाचुम्बकासारखे असते. प्रभूत्ववादी विचारांना, विशेषकरून 'निश्चित मुख्य लक्ष्य' ज्या विचारांचे बनलेले असते, त्या विचारांना ते आकर्षून घेते. उदाहरणार्थ समजा, की एखाद्या माणसाने आपले दैनंदिन लक्ष्य असे ठरविले की आपल्याकडे असे शंभर ग्राहक असावेत, जे सर्व माल किंवा सेवा नियमितपणे केवळ आपल्याकडूनच विकत घेतील; तर हा विचार ताबडतोब त्याच्या मनाचा ताबा घेतो आणि त्या विचाराच्या प्रभावाखाली तो माणूस असे शंभर ग्राहक जमविण्यासाठी आवश्यक ती सर्व कृती करू लागतो.

वाहनांचे उत्पादक आणि इतर माल विकणारे व्यापारी, वाहने किंवा त्यांचा माल विकण्याचा विभागवार 'कोटा' ठरवितात. अधिकृतपणे ठरविलेला 'कोटा' मग निश्चित मुख्य उद्दिष्ट्य बनतो आणि त्या व्यवसायात गुंतलेले सर्वजण त्या लक्ष्याच्या प्राप्तीसाठी आपले सारे प्रयत्न एकवटू लागतात. क्वचितच कोणी आपला कोटा गाठू शकतात, परंतु हेही तितकेच खरे की जर 'कोटा' नसेल तर विक्री फार कमी होत असते. दुसऱ्या शब्दांत सांगायचे तर, विपणनात यश प्राप्त करण्यासाठी – किंबहुना कोणत्याही उपक्रमात यश मिळविण्यासाठी – जे लक्ष्य गाठायचे ते निश्चित केलेच पाहिजे. लक्ष्याच्या अभावी निष्पन्न झालेले परिणाम फारच कमकुवत असतात.

नुकतेच प्रकाशित झालेले एक सुप्रसिध्द पुस्तक डॉ. हिल यांच्या 'ध्येयाची आणि नियोजनाची गरज' यासंबंधीच्या मतांना उत्साहाने दुजोरा देते. व्यायाम, पथ्य आणि वजन कमी करण्याविषयक बिल फिलिप्स यांच्या 'बॉडी फॉर लाइफ' या पुस्तकामध्ये निश्चित उद्दिष्ट समोर ठेवून केलेल्या. नियमित व्यायामाचे महत्त्व पटवून दिलेले आहे. आपल्या वाचकांना फिलिप्स असा सल्ला देतात की व्यायामशाळेत पाऊल ठेवण्याआधी वजन उचलण्यासंबंधीच्या व्यायामप्रकाराचे मिनिटामिनिटाचे नियोजन करा. आणि जणू काही डॉ. हिल त्यांच्या कानात कुजबुजत असावेत की काय, म्हणून ते असेही लिहून जातात की, ''जर तुम्हाला नियोजन करण्यात अपयश आले तर तुम्ही जणू अपयशाचे नियोजन करीत असता.''

इंग्लंड आणि फ्रांस यांच्यातील शंभर वर्षांच्या युध्दकाळात एडवर्ड या काळ्या राजपुत्राच्या नेतृत्वाखालील इंग्रजी सैनिकांच्या तुकडीला पोटीयर या शहरानजीक फ्रेंच सम्राट जीन द गुड याच्या सैन्याने रोखले. इंग्रजी सैन्याच्या दुपटीने असे ते फ्रेंच सैन्य होते आणि त्यामध्ये देशातील उत्तमोत्तम लढवय्ये सामील होते. एडवर्डने माघार घेण्याचा अयशस्वी प्रयत्न केला परंतु ते साध्य होत नाही असे दिसताच त्याने पूर्ण ताकदीने प्रतिकार करण्याचा निश्चय केला.

फ्रांसच्या गावागावांमध्ये इंग्रजी सैन्याने माजवलेल्या हाहा:काराचा पुरेपूर बदला घेण्यासाठी फ्रेंच सैन्य व त्यांचे नेतृत्त्व अगदी अधीर झाले होते. तीनशेहून अधिक सेनानींनी हल्लाबोल केला. त्यांची खांडोळी झाली!

एडवर्डने आपल्या सैन्याची अशी काही व्यूहरचना केली होती की आत शिरण्यासाठी केवळ एकच चिंचोळा रस्ता उपलब्ध राहिला होता – आणि त्यावरून तीनशे घोडेस्वार जाणे केवळ अशक्यप्राय होते. सेनापती पुढे सरताच इंग्रजी सैनिक त्याच्यावर नव्हे, तर त्याच्या घोड्यावर निशाण साधत होते. बाणांचे जाल इतके घनदाट होते की आकाशही झाकोळून गेले होते. शस्त्रसज्ज सेनानी घोड्यांच्या टापांखाली चिरडून गेले. जे लोळून वाचले त्यांना आपल्या अंगावरील शस्त्रांच्या वजनाने उभे राहता येईना. राजा जीनचे तीन मुख्य सेनाधिकारी या झंझावातात धराशायी झाले.

तरीही फ्रेंच पुढे सरत राहिले आणि इंग्रज प्रतिकार करीत राहिले. फ्रेंच सैनिकांच्या दुसऱ्या तुकडीची फाळणी झाली आणि ती तिसऱ्या तुकडीच्या लाटेत घुसली. त्यामुळे तिसऱ्या तुकडीचा धीर सुटला आणि त्यामधील सैनिक सैरावैरा पळू

लागले. हतबल झालेल्या फ्रेंचांच्या चौथ्या तुकडीने आक्रमणाची तयारी सुरू करताच राजपुत्र एडवर्डच्या तिरंदाजांनी पुढे सरून जमिनीवर विखुरलेले, जमतील तितके बाण गोळा करण्यास सुरूवात केली. पुढे येणाऱ्या फ्रेंचाना त्यांनी एक एक करून टिपायला सुरूवात केली आणि अखेरीस दोन्ही सैन्ये आमनेसामने आली. आता मात्र असा रंग दिसू लागला की फ्रेंच सैन्याची संख्या आणि शौर्य इंग्रजांना भारी पडणार!

परंतु राजपुत्र एडवर्डने याचीही तयारी केली होती.

नव्या दमाचे राखीव गटातील चारशेंचे सैन्य घेवून त्याने फ्रेंच सैन्याच्या मधोमध आक्रमण केले. सामान्य फ्रेंच सैनिकांत भीतीने प्रचंड गोंधळ उडाला आणि केवळ राजा जीनच्या आजूबाजूलाच काय ती व्यवस्था टिकली. आपल्या सर्वात धाकट्या मुलाच्या सोबतीने फ्रेंच राजा निकराने लढला खरा, पण अखेर इंग्रजी सैन्याने त्याला घेरले आणि शरण येण्यास भाग पडले.

युरोपातल्या सर्वात बलवान राजाला त्याच्या सैन्याच्या अर्ध्या संख्येच्या सैन्याने चीत केले होते. त्याच्या सर्वोत्तम सेनानींचे शिरकाण झाले होते आणि त्यांचे सारे शौर्य शून्य झाले होते. अपमानित राजा जीन यास युध्दकैदी म्हणून इंग्लंडला नेण्यात आले आणि इंग्रजांनी विजयोत्सव साजरा केला.

त्या दिवशी सर्वकाही राजा जीनच्या बाजूला होते. सैन्यसंख्या, शौर्य आणि प्रतिष्ठा. परंतु तो लढाईत नियोजनाशिवाय उतरला होता. त्याला असा भरवसा होता की याआधी त्याला ज्या पध्दतींनी यश प्राप्त झाले होते, ती या वेळेस सुध्दा चालेल. त्याने इंग्रजांच्या स्थितीला आणि त्यांच्या तरबेज तीरंदाजांना विचारात घेतले नाही. युध्दास आतुर नसूनही राजपुत्र एडवर्ड जिंकला कारण त्याने स्वतःच्या बलस्थानांचा वापर केला आणि प्रतीपक्षाचे कच्चे दुवे हेरले. एका निश्चित योजनेमुळे त्याने पराभवाच्या अक्राळ दाढांमधून विजयश्री खेचून आणली.

चित्त विचलित करणाऱ्या अनेक गोष्टी आजूबाजूला खुणावत असतात. घरी किंवा ऑफिसमध्ये, कुणालातरी तुमची गरज असतेच कुणाला तुमचे लक्ष वेधून घ्यायचे असते, तर कोणी इतका गोंधळ घालून ठेवतात की तो निस्तरताना तुमच्या नाकी नऊ येतात. तुमचे पूर्ण ध्यान तुमच्या लक्ष्यावर आणि नियोजनावर केन्द्रीत नसेल तर या व्यत्ययांनी तुमचे मन विचलित होणारच. याचा अर्थ असा नव्हे की अकस्मात येणाऱ्या अडचणी सोडविण्यापासून तुम्हाला पूर्ण मुक्ती मिळेल. पण तुमच्या

ध्यानी येईल की (१) योग्य ध्येयावर तुमचे मन केन्द्रीत झालेले असल्याने तुम्ही अशा अडचणी जलदपणे हाताळू शकता आणि (२) लागलेली आग विझविल्यानंतर तुमच्या प्रगतीच्या मार्गावर तुम्ही पुन्हा जोमाने चालू शकता.

निश्चित मुख्य उद्दिष्टाने प्रेरित झालेले मन लक्ष्यावर टिकून राहू शकते. डॉ. हिल सांगतात की –

> **एकदा का तुम्ही तुमचे 'मुख्य उद्दिष्ट्य' लिहिलेत की तुमच्या सुप्त मनामध्ये त्याची प्रतिकृती उमटते... (आणि) त्या 'मुख्य उद्दिष्ट्या'चा एखाद्या आराखड्यासारखा वापर करून निसर्गच तुमच्या सुप्त मनातील विचारांना, कल्पनांना आणि प्रयत्नांना ध्येय गाठण्यासाठी परावृत्त करतो.**

थोडक्यात काय, तर ध्येय आणि योजना निश्चित करा, आपल्या मनात त्यांचे रोपण करा आणि त्या पथावर मार्गक्रमणा करण्यास सुरूवात करा!

पाठ तीन

आत्मविश्वास

सारांश

कृती–योजनेची अंमलबजावणी करण्यासाठी सर्वाधिक महत्त्वाचे काय, तर स्वत:वरील आणि स्वत:च्या कुवतीवरील दृढ विश्वास! विशेषकरून आपल्या यशस्वी होण्याच्या कुवतीवर विश्वास!! या छोट्याश्या पाठामध्ये नेपोलियन हिल, श्रध्देप्रमाणे कृती करण्याच्या आवश्यकतेबाबत उहापोह करतात. स्वत:बद्दल शंका उद्‌भवण्याचे जे मुख्य कारण – भीती – त्यास सामोरे जाण्यास ते सांगतात. उद्देश हा, की तुमच्या यशोमार्गातील अडसरांचा उगम तुमच्या ध्यानी यावा.

भीतीवर मात करण्यासाठी प्रथम तिला ओळखता आले पाहिजे. भीतीचा स्वीकार न करता मनात किंतु धरण्याने भीतीला प्रोत्साहनच मिळते. भीती वाटते हे स्वीकारण्यात कोणताही कमीपणा नाही. शौर्य त्याला म्हणतात जेव्हा आपण भीतीचे अस्तित्व स्वीकारूनही कृती करतो; आणि आता आपण पाहूच की यशाची आस हीच आत्मविश्वासाचे बळ प्राप्त करण्याची गुरुकिल्ली आहे. प्रसिध्द फ्रेंच कादंबरीकार मार्सेल प्रोऊस्त् म्हणाले होते, ''अभिलाषेमध्ये महाप्रचंड शक्ति आहे. ती विश्वास पैदा करते.''

पाठ्यांश

सक्रीय निष्ठा

आत्मविश्वासाचे वर्णन करताना नेपोलियन हिल अगदी वैशिष्ट्यपूर्णरीत्या व थेट

भाष्य करतात. परंतु त्यांनी सांगितलेल्या काही सावधानतेच्या सूचनांवर ध्यान देणेही आवश्यक आहे.

ही संज्ञा स्वयंस्पष्ट आहे. हिचा अर्थ असा की यश मिळविण्यासाठी तुमचा स्वत:वर विश्वास असला पाहिजे. परंतु याचा अर्थ असा नव्हे की तुम्हाला काहीच मर्यादा नाहीत. याचा अर्थ असा, की तुम्ही आत्मपरीक्षण करून स्वत:मधील गुणांचा शोध घेतला पाहिजे आणि त्यांचा तुमच्या 'निश्चित कृतीयोजने' मध्ये समावेश करून तुमचे 'निर्दिष्ट मुख्य उद्दिष्ट्य' साध्य केले पाहिजे.

यशस्वी होण्यासाठी सर्वप्रथम तुमचा स्वत:च्या क्षमतेवर विश्वास असला पाहिजे. तुमचे मन जे ठरवेल ते कृतीत आणण्याची क्षमता तुमच्यामध्ये हवी. शिवाय, तुमच्याशी संबंधित असणाऱ्या मंडळींवर विश्वास टाकण्याची सवय तुम्ही लावून घेतली पाहिजे – मग ते तुमचे वरिष्ठ अधिकारी असोत वा कनिष्ठ सहकारी. यामागचे मानसशास्त्रीय कारण आपण 'सहकाराचा कायदा' या भागामध्ये विस्ताराने अभ्यासणार आहोतच.

शंकेखोर मंडळी निर्मिती करत नाहीत! जर कोलंबसमध्ये आत्मविश्वास आणि स्वत:च्या अंदाजावर श्रध्दा नसती, तर या पृथ्वीवरील सर्वात समृध्द आणि वैभवसंपन्न जागेचा कधीच शोध लागला नसता आणि या ओळी कधी लिहिल्याच गेल्या नसत्या. १७७६ च्या युध्दात प्रसिध्दी पावलेल्या जॉर्ज वॉशिंग्टन आणि त्याच्या देशबांधवांचा स्वत:वर विश्वास नसता तर कॉर्नवॉलीसच्या सैन्याने विजय प्राप्त केला असता आणि तीन हजार मैल पूर्वेस असणाऱ्या एका छोट्याश्या देशाने संपूर्ण अमेरिकेवर राज्य केले असते.

या पाठात 'श्रध्दा' या शब्दाचा वारंवार उपयोग केलेला आढळतो. परंतु यात आश्चर्य वाटण्याजोगे काहीच नाही कारण आत्मविश्वासाच्या तत्त्वाला डॉ. हिल यांनी नंतर 'उपयोजित श्रध्दा' असे नाव दिले आहे. त्यांच्या मुद्याशी जरी सुसंगत असली तरी त्यांना केवळ धार्मिक श्रध्दा अभिप्रेत नव्हती. आत्मविश्वासाला 'उपयोजित श्रध्दा' असे नाव दिल्याने डॉ. हिल यांना आपल्या वाचकांच्या मनात योग्य

दृष्टीकोनाचे जे चैतन्यपूर्ण रूप ठसवायचे होते, तो उद्देश स्पष्ट होतो. दृढ विश्वासाच्या बळावर आपल्या योजनेचा पाठपुरावा करण्याची आवश्यकता त्यांना अधोरेखित करावयाची होती.

'मर्म यशाच्या सिध्दांताचे' या पुस्तकात ते याप्रमाणे सांगतात :

> **सर्व उल्लेखनीय यशाचा आरंभबिंदू जरी 'निर्दिष्ट मुख्य उद्दिष्ट' हा असला, तरी अंतिम उद्दिष्ट साध्य होईपर्यंत जी अदृश्य शक्ती माणसाचे मन वळवते, त्यास प्रवृत्त करते आणि सतत मार्गदर्शन करीत राहते, ती म्हणजे 'आत्मविश्वास'. आत्मविश्वासाविना उद्दिष्टांची गाडी पुढे सरकणारच नाही आणि केवळ मनातल्या उद्दिष्टांना काहीच अर्थ उरत नाही. अनेक माणसांच्या मनात धुसर उद्दिष्ट्ये असतात परंतु त्यांच्या संपादनासाठी 'निश्चित योजना' तयार करण्याचा आत्मविश्वास त्यांच्याकडे नसतो.**

मुद्यावरच यायचे तर, ज्यांच्याजवळ आत्मविश्वास नसतो ते त्यांच्या योजनांवर काम करू शकत नाहीत. कृतीने त्यांचे आयुष्य बदलू शकेल यावर त्यांचा विश्वासच नसतो मुळी. कृतीला ते अर्थहीन मानतात. आणि जर कृतीत अर्थच नसेल तर मग 'जैसे थे' परिस्थितीच चालवलेली काय वाईट असा विचार ते करू लागतात. अशाप्रकारे, आत्मविश्वासाच्या अभावाने ते स्वत:चीच फसवणूक करण्याच्या सापळ्यात अडकतात. मॅक्स्वेल माल्त्झ म्हणतात, ''आयुष्यातील अनेक सापळे आणि खड्डे यांच्यामधून सर्वात धोकादायक आणि मात करण्यास मुश्कील असा कोणता असेल तर तो म्हणजे 'आत्म–अनादर'. कारण 'याचा काही उपयोग नाही, मी हे करू शकणार नाही' असा मंत्र जपत हा खड्डा आपण स्वत:च्या हाताने खणतो!

डॉ. हिल यांच्या आवडत्या कथांमध्ये थॉमस एडिसन यांच्या 'व्यावहारिक उपयोगाचा विजेचा दिवा' बनविण्याच्या असंख्य चाचण्यांच्या कथेचा समावेश होतो. त्यांच्या प्रयत्नानंतर 'याचा काही उपयोग नाही, मी हे करू शकणार नाही' असे म्हणून त्यांनी हात वर केले असते तर त्यात कदाचित काहीच चुकीचे ठरले नसते. पण त्यांनी तसे केले नाही. त्यांनी प्रयोग चालू ठेवले आणि यश खेचून आणले.

एडिसन यांची कथा महत्त्वाची आहे, कारण आत्मविश्वासाने यश प्राप्त होणे अनिवार्य नाही, या मुद्याकडे ती आपले लक्ष वेधते. पहिल्याच प्रयत्नात काही एडिसन

यांना यश प्राप्त झाले नाही. तुम्हीही तोच अनुभव घ्याल. परंतु एडिसन यांनी आपण यशस्वी होणारच या विश्वासाने कृती चालू ठेवली. 'उपयोजित श्रध्दा' या संकल्पनेच्या मुळाशी ही अशी कृती डॉ. हिल यांना अभिप्रेत आहे.

कृतीपूर्ण आत्मविश्वास किंवा उपयोजित श्रध्दा म्हणजे, आपण प्रयत्नसाध्य आणि पात्र उद्दिष्टाचा पाठपुरावा करीत आहोत या विश्वासाने त्यातील धोके व अपयश स्वीकारणे, असा होतो. आणि ज्याप्रमाणे आत्मशंकेमुळे जे एक स्वयंवर्धि चक्र निर्माण होते, तसेच उपयोजित श्रध्देमुळेही होते. आत्मविश्वासाने कृती केल्यास यशाची शक्यता वाढते आणि प्रत्येक यशाबरोबर आत्मविश्वासही बळकट होतो. पाठ १४ मध्ये तर आपण चर्चा करणार आहोत की अपयशानेही आत्मविश्वास वाढू शकतो!

दाबून ठेवून मात्र आत्मविश्वास कधीच वाढणार नाही. स्नायुप्रमाणे त्याला व्यायाम लागतो आणि पुरेश्या व नियमित वापराने तो अधिक बळकट, लवचिक आणि जोमदार होतो. 'बॉडी फॉर लाइफ' या पुस्तकात बिल फिलिप्स सुचवितात त्याप्रमाणे तुमच्या आत्मविश्वासाला व्यायामाचा खुराक द्या आणि मग पहा तो कसा बलदंड होतो ते!

निश्चित मुख्य उद्दिष्टाचे नियोजन, आत्मविश्वास घडविण्याच्या खोबणीत कसे चपखलपणे बसते, हे तुमच्या लक्षात आले असेल. आजवर कधी न केलेल्या गोष्टींसाठी तुम्ही स्वतःला प्रवृत्त करू लागता आणि असे केल्याने आत्मविश्वासाने कृती करण्याची तुमची कुवत तुम्ही वाढवू लागता. वाढलेल्या आत्मविश्वासाने तुम्ही अधिक उच्च उद्दिष्ट्ये गाठू शकता आणि आयुष्यात तुम्हाला जे पाहिजे त्या दिशेने प्रगती करू लागता.

भीतीशी दोन हात

प्रत्येकावर कधीना कधी भीतीचा पगडा बसलेला असतोच, नाहीतर या जगात प्रत्येक माणूस संतुष्ट झालेला असता आणि सर्वाधिक यश प्राप्त करीत असता. भीतीचा अनुभव येणे हा सामान्य मनुष्यधर्म आहे. यशस्वी माणसे भीतीचा सामना करून तिच्यावर जय मिळवितात. डॉ. हिल आपल्याला सांगतात :

आत्मविश्वासाचा सर्वात मुख्य शत्रू म्हणजे भीती. अलौकिक यश प्राप्त करायचे असेल तर जन्मजात अशा सहा मुलभूत भितींवर विजय

मिळवून आत्मविश्वास वाढविला पाहिजे.

या मुलभूत सहा भीती खालीलप्रमाणे आहेत :

१. टीकेची भीती
२. आजारपणाची भीती
३. दारिद्र्याची भीती
४. म्हातारपणाची भीती
५. कुणाच्यातरी प्रेमाला पारखे होण्याची भीती (सामान्यत: तिला 'हेवा' असे म्हणतात)
६. मृत्यूची भीती

जागेच्या अभावी या सहा भीतींचा उगम विस्ताराने चर्चिला जाऊ शकत नाही. मुद्याचे सांगायचे तर या सर्व भीती आपण लहानपणी ऐकलेल्या गोष्टींमधून, भुताखेतांच्या कथांमधून आणि अश्या इतर अनेक मार्गांनी गोळा करत असतो. टीकेची भीती या यादीच्या अग्रभागी आहे कारण ती सर्वाधिक प्रचलित असून, सहा भीतींपैकी ती सर्वात विनाशकारी आहे.

टीकेची भीती म्हणजे खरे तर अपयशाची भीती आणि ती आत्मविश्वासाची नंबर एकची शत्रू आहे. समजा, तुम्ही अयशस्वी झाल्याचे कोणालाच कळणार नसेल, तर तुम्ही काय काय नवीन करून पाहाल? तुम्ही अपयशी होणार आणि तुमची निर्भत्सना होणार अशी खात्री असल्याने काय तुम्ही नवीन गोष्टी कधीच करून पाहिलेल्या नाहीत? नोकरी करताना तुम्ही तुमच्या कल्पना तुमच्यापाशीच ठेवता का? अव्हेरले जाण्याच्या भीतीने काय तुम्ही कधीच कोणाला मागणी घातलेली नाहीत? तुमचे मित्र–मैत्रिणी आणि कुटुंबिय काय म्हणतील या भीतीने तुम्ही एकाच चाकोरीत चालत राहता व जे खरेच मनापासून करायला तुम्हाला आवडते ते करण्याचा तुम्ही विचारही करत नाहीत? असे असेल तर टीकेच्या भीतीने तुम्हाला तिच्या मुठीत घट्ट पकडलेले आहे.

मग या भीतीवर कशी मात कराल? पहिली पायरी म्हणजे ही भीती आपल्याला पुढे जाण्यापासून परावृत्त करीत आहे हे ओळखणे. तुम्हाला काही गोष्टी अशक्य वाटतात? का बरे? अशा काही कृती आहेत का, ज्या भौतिकदृष्ट्या यशस्वी होणे अशक्य आहे? आपण तोंडघशी पडू व लोक आपल्याला हसतील याची तुम्हाला भीती

वाटते का? मला आयुष्यात सर्वात जास्त काय हवे हे कोणाला सांगण्याची कल्पनाही तुम्ही करू शकत नसाल तर तुम्हाला टीकेच्या भीतीने ग्रासले आहे.

स्वतःलाच विचारा – आपण खरोखरीच कोणता बरं धोका उचलत आहोत? आता तुम्ही आनंदी आहात का? आपली मान अडकवून नवीन काहीतरी करण्याचा प्रयत्न केल्याने तुम्ही अधिक दुःखी होणार आहात का? अहो तुम्ही इतके असंतुष्ट होता की तुम्हाला आयुष्याचा नवा मार्ग चोखाळण्याची आणि त्यासाठी नियोजन करण्याची इच्छा झालीच होती की! आहे त्यापेक्षा अधिक चांगले होण्याची इच्छा होणे हा मनुष्यधर्म आहे आणि धोका समोर दिसत असतानाही त्यासाठी प्रयत्न करणे हा मनुष्यस्वभाव आहे. ग्रेस मरे हॉपर लिहून गेले आहेत. ''बोट बंदरात सर्वाधिक सुरक्षित असते खरी; पण त्यासाठी काही ती बांधलेली नसते!''

सफलता तुम्हाला शोधत येईल अशा भ्रमात राहू नका. तसे होणार नाही. यश त्यांच्या शोधात असते, जे यशाच्या शोधात असतात. 'जैसे थे' परिस्थिती मध्ये जे सुखी असतात आणि यशाची फक्त दिवास्वप्ने पहात बसतात त्यांना यश अव्हेरते! तुमच्यापाशी काय पुंजी आहे याची त्याला फिकीर नसते; तुमची मनोवृत्ती त्याला महत्त्वाची वाटते. याविरूध्द, जे कधीच जोखीम घेत नाहीत त्यांची अपयश आराधना करते कारण त्याला खात्री असते की यशाला आपल्यापाशी बोलावून ते लोक आपल्याला अव्हेरणार नाहीत.

आयुष्यात परिवर्तन घडवून आणण्यासाठी तुम्हाला टीकेच्या भीतीचा जोरदार सामना करावा लागेल. यशाची आराधना करण्याची सुरूवात भीतीला तोंड देऊन करा. त्यामधून तुम्हाला इतर अनेक अडचणींमधून निभावण्याचा आत्मविश्वास प्राप्त होईल.

डॉ. हिल यांना ठाऊक होते की इतर भीतींपायी अपयश येण्याचे प्रमाण फार कमी आहे. ज्या माणसांना आजारपणाची भीती वाटत असते ते आजारी पडण्याशिवाय दुसरा कोणताच विचार करीत नाहीत. उद्याचा रुपया कुठून बरे येईल या गरिबीच्या भीतीने पछाडलेले लोक उद्यापलीकडे एकाही दिवसाचा विचार करू शकत नाहीत. म्हातारपण आणि मृत्यूची भीती सुचविते की आयुष्य आता सरलेले आहे आणि त्यात बदल घडविण्यासाठी आता वेळच उरलेला नाही. प्रेमाला पारखे होण्याची म्हणजेच हेवा वाटण्याची भीती अशी असते की ते काल्पनिक नुकसान टाळण्यासाठी सर्व साधने पणाला लावली जातात. टीकेच्या भीतीप्रमाणे या सर्व भीती माणसाला पांगळे बनवितात. त्यांच्याशी सामना करताना आपण कोणत्या भीतीच्या विळख्यात आहोत

हे ओळखले की मग आपले काय पणाला लागले आहे याचा तर्कसंगत विचार करून त्या भीतीला आव्हान देऊन पराजित करण्याचा पर्याय निवडता येतो.

जालीम उतारा

'मर्म यशाच्या सिध्दांताचे'च्या पश्चात् डॉ. हिल यांनी आपल्या तत्त्वांचा हिरीरीने पुरस्कार करणाऱ्या डब्लू क्लेमंट स्टोन यांच्याबरोबरच्या दीर्घ सहवासातून एक संकल्पना विकसित केली. डॉ. हिल यांनी शिकविलेल्या यशाच्या तत्वांच्या अनेक पैलूंचा अर्क असलेली ती कल्पना म्हणजे 'सकारात्मक मानसिक दृष्टीकोन'. भीतीला दूर पळविण्यासाठी हे एक शक्तिशाली आयुध असून, या पुस्तकातील इतर अनेक धड्यांच्या व्यावहारिक वापरासाठीही ते उपयोगी आहे.

डॉ. हिल यांच्या शब्दांत 'सकारात्मक मानसिक दृष्टीकोन' (पीएमए) म्हणजे :

मनाची आत्मविश्वासपूर्ण, प्रामाणिक आणि विधायक अशी अवस्था, जी मनुष्य आपल्या इच्छाशक्तीच्या प्रक्रियेमधून तसेच स्वत:च्या अनुकुलनाच्या प्रेरणेवर आधारून, स्वेच्छेने निवडलेल्या पध्दतीने घडवितो आणि राखतो.

पीएमए हा निव्वळ आशावाद किंवा फलवाद यांच्या पलीकडे आहे, जरी या दोन्हीही गोष्टी त्यात अंतर्भूत असतात. हा एक असा दृढ विश्वास असतो की परिस्थिती कशीही असो, अनुकूल फलनिष्पत्ती शक्य आहे. अनुकूल परिणाम आपोआप घडणार आहे असे गृहीत धरले जात नाही ; तर पीएमएचा सारा भर हा कष्ट करण्याची दुर्दम्य इच्छा आणि निग्रहावर असतो, ज्यामधून काही उपयुक्त निर्मिती होईल. यासाठी तुम्हाला तुमच्या कुवतीवर विश्वास असला पाहिजे. सुदैवाने असा विश्वास निर्माण करण्यासाठीही पीएमए मदत करतो.

पोटियर येथे इंग्रज आणि फ्रेंच यांच्यामध्ये झालेले युध्द आठवा. इंग्रजांची बाजू पडती होती. त्यांना तेथे शरण जाणे शक्य होते, पण त्यांनी विजयी होण्यासाठी परिस्थिती निर्माण केली. आपण जिंकणारच अशा विश्वासाने त्यांनी कृती केली नसती तर ते खचितच अपयशाचे धनी झाले असते.

पीएमए आत्मविश्वास कसा वाढवितो याचे हे उत्तम उदाहरण आहे. तुम्ही एका

उत्तम निकालाचे स्वप्न पाहिलेत आणि ते कसे साध्य करावे याचे चित्र तुमच्या मनात स्पष्ट असले की तो परिणाम साध्य करण्यासाठी तुम्हाला आपोआप उर्जा प्राप्त होते. जी परिस्थिती इतर वेळी तुमच्यावर मात करू शकते तिच्यावर तुम्ही स्वार होता आणि गरजेपोटी भीतीला मागे सारता, कारण तुम्ही स्वत:ला त्यासाठी एक प्रयोजन दिलेले असते. पीएमए तुम्हाला अपयशापासून नेहमीच वाचवतो असे नाही. पण प्रत्येक परीस्थितीतून बाहेर निघण्याचा मार्ग मात्र जरूर दाखवतो. हा धडा शिकणेही खूप उपयुक्त आहे.

तुम्ही निर्भय असावे अशी पीएमए अपेक्षा करीत नाही; परंतु तुमची भीती म्हणजे तुमच्या आयुष्यातील सर्वात शक्तिमान घटक नाही हे जाणून कृती करण्यास तो अनुमती देतो. भीतीशी सामना करताना समजूत म्हणजेच सर्व काही. एकदा का तुमच्या ध्यानी आले की भीतीवर नियंत्रण मिळविता येते, की पुढल्याच क्षणी जणू काही ती अस्तित्वातच नसल्यासारखे तुम्ही वागू लागता. शेक्सपियर म्हणाले होते – ''जर तुमच्यापाशी सदगुण नसेल, तर तो आहे असे गृहीत धरा.'' धैर्यवान होण्यासाठी धैर्यशिलपणे वागा.

कोणतीही नवीन कृती करताना जर तुम्हाला त्याबद्दल खात्री नसेल तर लहान पावलानी सुरूवात करा. एक दोन वेळा तुमच्या भीतीला न घाबरून तुम्ही स्वत:च स्वत:ला आश्चर्यचकित कराल अन त्यानंतर तुम्हाला मोठी आव्हाने पेलण्याचे धाडस प्राप्त होईल. भीतीला सामोरे जाण्याचे कष्ट घेणे खरोखरीच श्रेयस्कर आहे का अशी शंका तुमच्या मनात येत असेल तर प्रसिध्द इंग्रजी निबंधलेखक सिडनी स्मिथ यांचे शब्द ध्यानी ठेवा:

''किंचितश्या धाडसाच्या अभावी, जगात प्रचंड मोठ्या प्रमाणावर प्रतिभा वाया जाते. प्रत्येक दिवस अशा अनेक अप्रसिध्द व्यक्तिंना थडग्यात पाठवत राहतो, ज्यांनी आपल्या डरपोक स्वभावामुळे तो पहिला प्रयत्न कधी केलाच नाही; ज्यांना आरंभ करण्यास प्रवृत्त केले गेले असते तर कदाचित त्यांनी कीर्तीची अनेक शिखरे पादाक्रांत केली असती. सत्य हे आहे की जगात उपयुक्त असे काहीही मिळवायचे असेल तर थंडी आणि धोक्यांचा विचार करत काठावर उभे राहून कुडकुडण्यात अर्थ नाही; प्रवाहात उडी मारून शक्य तितक्या कौशल्याने हातपाय मारलेच पाहिजेत.''

पाठ चार

बचतीची सवय

सारांश

सध्याच्या डेरीवेटीव्हज आणि ऋण काढून सण साजरे करण्याच्या युगात बचत करण्याची सवय कदाचित जुनाट वाटेल, परंतु नेपोलियन हिल यांना मात्र त्यामध्ये थेंबे थेंबे तळे साठविण्याच्या पलीकडील असे काहीतरी आढळले. बचत म्हणजे केवळ गाद्या–ऊश्यांमध्ये नोटा कोंबणे नव्हे; तर संचित जमविण्याच्या संधीचा व आत्मविश्वास कमावण्याचा तो एक महत्त्वाचा मार्ग आहे.

आपण येथे लक्ष केंद्रित करणार आहोत ते 'सवयी'च्या कल्पनेवर; जी प्रत्येकाच्या आयुष्यातील एक महत्त्वाची शक्ती असते. अर्थात तिचा सकारात्मक किंवा नकारात्मक परिणाम मात्र त्या त्या व्यक्तिवर अवलंबून असतो. बऱ्याच कालावधीनंतर, अनेक यशस्वी पुस्तकांतून ज्या कल्पनेचा मोठा गाजावाजा झाला, त्या 'आयुष्य घडविण्यात सवयीचे महत्त्व' या कल्पनेवर डॉ. हिल यांनी खूप जोर दिला आहे. आपल्या सवयींवर नियंत्रण प्राप्त करणे हे प्रत्येकासाठी खूप उपयुक्त तर आहेच, आणि 'बचतीच्या सवयीने' त्याचा श्रीगणेशा करणे म्हणजे तर दुधात साखर!

पाठ्यांश

सवयीने प्रभुत्व

रोखठोक बोलण्यासाठी प्रसिध्द असलेले नेपोलियन हिल लिहितात :

स्वीकारण्यास कितीही संकोच वाटत असला, तरी हे निर्विवाद सत्य आहे की यशप्राप्तीच्या दृष्टीकोनामधून पाहिले तर गरीब माणसाची किंमत जमिनीवरील धुळीहूनही कमी असते. कदाचित हे खरेही असेल की 'पैसा म्हणजे यश नव्हे', परंतु तुमच्याजवळ तो असल्याशिवाय किंवा तुम्ही त्याच्या वापरावर अधिकार गाजवू शकत असल्याशिवाय, तुम्ही फार काही प्रगती साधू शकणार नाही – मग तुमचे 'निर्दिष्ट मुख्य उद्दिष्ट्य' काहीही असो.

हे वाक्य खूप बोचणारे आहे. शून्यामधून सुरूवात करणाऱ्याला काही आशाच नाही काय? अर्थातच आहे – बचतीच्या सवयीने! डॉ. हिल ताबडतोब हे स्पष्ट करतात की केवळ पैसा हाच काही त्यांच्या पाठाचा विषय नाही.

जर बचत नियमित आणि पध्दतशीर असेल तर तिची रक्कम काय याला फारसे महत्त्व नाही. हे सत्य आहे कारण यशस्वी होण्यासाठी जे काही इतर गुण लागतात, त्यामध्ये बचतीची सवय ज्या प्रकारे भर टाकते, 'ते' इतर कोणत्याही मार्गाने साध्य होणार नाही.

'ते' म्हणजे अशी 'समज', जिच्या निर्मितीने आणि निर्देशनाने आपण आपल्या सवयींना स्वत:च्या फायद्यासाठी वापरू शकतो. डॉ. हिल याला 'वैश्विक सवय-शक्ती' असे म्हणतात. हे एक क्लिष्ट तत्त्व आहे, ज्याच्या माध्यमातून यशाची इतर तत्त्वे एकमेकांना प्रबलीत करतात; आणि त्यायोगे ज्या पूर्णत्वाची निर्मिती होते ते, त्याच्या घटकांच्या बेरजेपेक्षा कितीतरी जास्त असते. याबद्दल आपण विस्ताराने पुढे चर्चा करूच, पण सध्यातरी हे ध्यानी ठेवू की तुमच्या सवयींवर नियंत्रण ठेवणे बहुमोल आहे.

एव्हाना तुम्ही तर्क बांधू लागला असाल की भीती ही सुध्दा एक सवयच आहे. तुमच्या वागण्यावर परिणाम करणारा, विशिष्ट उद्दिपकाला अनुकूलित असा तो तुमचा प्रतिसाद आहे. भीतीचा सामना करण्यासाठी 'पीएमए' चा वापर केल्याने भितीची सवय कमजोर होते आणि म्हणूनच आत्मविश्वास प्रबलित होतो. बचतीची सवय देखील अशीच पुनर्बलीत करणारी सवय आहे कारण प्रत्येक वेळी काही पैसे बाजूला टाकताना तुम्ही फायदा मिळताना आणि आपल्या बँकेतली जमा वाढताना पाहता :

बचत करणाऱ्या व्यक्तिंना जे संरक्षण आणि स्वातंत्र्य मिळते, ते सोबत

असल्याशिवाय कोणत्याही माणसाला उच्च दर्जाचा आत्मविश्वास प्राप्त होऊ शकेल किंवा नाही, याबद्दल शंकाच आहे. भविष्यात आपल्याला पैशाचा आधार आहे या भावनेने जो विश्वास आणि जी स्वयंपूर्णता प्राप्त होते, ती इतर कोणत्याच मार्गाने प्राप्त होऊ शकत नाही.

असे का बरे? अर्थातच याचे कारण असे की समजा, तुम्ही बचत केलेली असेल आणि अशी परिस्थिती समोर अचानक उभी ठाकली की त्या पुंजीमधील प्रत्येक पैसा तुम्हाला खर्च करावा लागला, तरी तुम्हाला काळजी वाटत नाही. कारण तुम्हाला हे पक्के ठाऊक असते की आपल्या बचतीच्या सवयीने पुन्हा एकवार मी ती पुंजी उभी करू शकतो. तुमची सारी पुंजी नष्ट पावली तरी निराशेने वेडेपिशे होण्याऐवजी तुम्ही पुन:श्च हरी ओम करून बचतीची सुरुवात करू शकाल.

प्रत्येक महिन्याला तुमच्या प्रगतीचा चढता आलेख दर्शविणारी तुमची बँकजमा जसजशी वाढत जाईल, तसतशी काहीतरी बळ देणारी व उपयुक्त कृती केल्याचा आत्मविश्वास तुम्हाला मिळत जाईल. जसजसे तुम्ही स्वत:शीच हे सिध्द करत जाता की नेहमीच फायदा देणारी अशी एक सवय आपण निर्माण केलेली आहे, तसतशी तुमची अपयशाची भीती उतरणीला लागते. ही कुवत किती ताकदीची आहे हे तुमच्या ध्यानी आले की तुम्ही ती इतर कोणकोणत्या ठिकाणी वापरता येईल याचा प्रकर्षाने विचार करू लागता.

सवयी हट्टी असतात. रातोरात काही त्या निर्माण होत नाहीत. एक वेळच्या मोठ्या कृतीने नव्हेत, तर वारंवारच्या नियमित कृतींनी त्यांना बळ मिळत जाते. लहरीने उद्या एकदम दहा हजार रूपये बाजूला काढण्यापेक्षा नियमितपणे, दर आठवड्याला दहा रुपये बाजूला काढणे अधिक श्रेयस्कर ठरेल. 'सवय म्हणजे सवय' मार्क ट्वेन म्हणतात, 'आणि माणसाने खिडकीमधून ती फेकायची नसते तर लाडीगोडीने मन वळवत एकेका पायरीने ती उतरावयाची असते.' सवय घडविताना, काहीतरी अव्वाच्या सव्वा उद्दिष्ट्य ठेवण्यापेक्षा, सुरुवातीस नजरेच्या टप्प्यात असेल असे उद्दिष्ट्य समोर ठेवून नंतर हळूहळू नजर उंच करणे अधिक योग्य ठरेल. नवीन सवय निर्माण करण्यात वारंवार येणाऱ्या अपयशाने; दुसरी अपयशाचीच सवय दुर्दैवाने लागू शकेल.

यशाची तत्त्वे तुम्हाला तुमच्या सध्याच्या कौशल्याच्या पलीकडील वाटत असली तरी लक्षात घ्या की त्यातील कोणतीच तुम्हाला रातोरात निर्माण करायची नाहीत.

डळमळीत आधारावर ती निर्माण करण्यापेक्षा मजबूत पायावर उभारणे नेहमीच श्रेयस्कर.

नवीन सवयीचा शुभारंभ करण्याचे महत्त्व स्टीफन कोवे यांनी आपल्या 'द सेवेन हॅबिटस ऑफ हायली सक्सेसफुल पीपल' या सुप्रसिध्द पुस्तकात अधोरेखित केले आहे. अपोलो ११ च्या चान्द्रयात्रिंनी जेव्हा प्रथमच चंद्रावर पाऊल ठेवले, त्या प्रेरणादायी प्रवासाबद्दल लिहिताना ते म्हणतात :

परंतु तेथे पोहोचण्याआधी अंतराळवीरांना प्रथम पृथ्वीच्या प्रचंड गुरुत्वाकर्षणातून बाहेर पडावे लागले. पुढील टप्प्यातील पाच लाख मैलांच्या, कित्येक दिवसांच्या प्रवासासाठी जेवढी उर्जा लागली त्यापेक्षा कितीतरी अधिक शक्ती पहिल्या काही मिनिटामधील ज्वलनासाठी खर्ची पडली.

सवयींनादेखील असेच प्रचंड गुरुत्वाकर्षण असते – तुम्ही माना अथवा मानू नका. मनुष्यधर्माच्या मुलभूत तत्त्वांना हरताळ फासणाऱ्या चालढकल, उतावीळपणा, टीकेखोर वृत्ती किंवा स्वार्थी वृत्ती अशा स्वभावात खोल दडून बसलेल्या प्रवृत्तींना मोडायचे असेल तर फक्त थोडीशी इच्छाशक्ती आणि आयुष्य जगण्याच्या पध्दतीमध्ये लहानसहान बदल करून भागणार नाही. तो पहिला झटका देण्यासाठी प्रयत्नांची पराकाष्ठा करावी लागते, पण एकदा का त्या गुरुत्वाकर्षणाच्या फेऱ्यातून बाहेर पडलात, की आपल्या स्वातंत्र्याला एक निराळेच परिमाण लाभते.

इतर कोणत्याही नैसर्गिक शक्तीप्रमाणेच गुरुत्वाकर्षण हेदेखील आपल्या बाजूने अथवा आपल्या विरुध्द काम करू शकते. आपल्या काही सवयींचे आकर्षण आपल्याला आपल्या ध्येयापासून वंचित ठेवते. पण हीच गुरुत्वाकर्षणाची शक्ती आपल्या जगाला एकत्र ठेवते, ग्रहांना आपापल्या कक्षेत बांधते आणि अवघ्या विश्वाला नियमबध्द राखते. ही एक सामर्थ्यवान प्रेरणा असून तिचा योग्य वापर केल्याने आपण आपले आयुष्य सुसंबध्द आणि सुव्यवस्थित बनवू शकतो.

खेळता पैसा

सवय लावण्याच्या सवयीपेक्षा बचत करण्याची सवय अधिक फायदेशीर आहे. गरिबीच्या भीतीवर बँकेतील शिल्लक हा जालीम उपाय आहे कारण तुम्ही तयारीत असल्याने, ही भीती तुम्हाला पांगळे करण्याची आपली शक्ती गमावून बसते. आणि केवळ विश्वासक पैसा असे नव्हे तर हा स्वातंत्र्याचाही एक स्रोत आहे.

पैश्याविना माणसाची अवस्था अशी असते की त्याची पिळवणूक करू इछिणाऱ्या प्रत्येकाचे तो भक्ष्य बनतो. जर माणसाकडे बचत व पैसा नसेल आणि तो स्वत:ची सेवा विकण्यास तयार असेल तर त्याला खरेदी करणारा जे मोल देईल ते स्वीकारावेच लागते; त्याला पर्यायच शिल्लक राहत नाही.

जर व्यवसाय करून किंवा इतर काही पध्दतीने नफा मिळविण्याची सुसंधी चालून आली, तरी ज्या माणसाकडे पैसा किंवा पत नाही, त्याला त्याचा काहीच उपयोग नसतो. हे सुध्दा ध्यानी असुद्या की कर्ज मिळणे हे देखील एखाद्यापाशी किती पैसा आहे यावरच अवलंबून असते.

'आर्थिक स्वातंत्र्य' आणि त्याचा निवृत्ती व त्यासंबंधीची उद्दिष्ट्ये यांच्याशी असलेला संबंध बाजूला ठेवण्यासाठी आपण 'आर्थिक मुक्ती' या संज्ञेचा वापर करुया. पर्याय निवडण्याची मोकळीक. मुक्ती किंवा मोकळीक या शब्दाने शक्यता आणि निर्धारण असा अर्थ ध्वनित होतो आणि आपल्या ध्यानी येते की आर्थिक स्वातंत्र्याच्या कितीतरी काळ आधीच आपण आर्थिक मुक्ती प्राप्त करू शकतो.

आपल्या उद्दिष्टांचा पाठपुरावा करताना जर तुमच्यापाशी पुरेशी बचत असेल आणि ती कशी राखावी व वाढवावी याचे पुरेसे ज्ञान तुम्हाला असेल तर पर्याय निवडण्याचे स्वातंत्र्य प्राप्त होते. डॉ. हिल म्हणतात त्याप्रमाणे – पूर्वी जेथे तुम्हाला तुमच्या पाकिटाची आज्ञा मानण्यावाचून पर्याय नसे, तेथे तुम्ही 'नाही' किंवा 'हो' म्हणण्याचे स्वातंत्र्य बाळगू शकता. या मुक्तीचा तुम्ही अनेक मार्गांनी वापर करू शकता : तुमची कर्जापासून मुक्ती, खूप मोठी संधी देऊ शकणारी पण सध्या कमी पगार देणारी नोकरी किंवा कदाचित तुम्ही जो व्यवसाय आपल्या मालकीचा असावा असे स्वप्न पहिले असेल, अश्या एखाद्या धंद्यामधील गुंतवणूक!

अशी 'सोयीस्कर रक्कम' मात्र कोणती या प्रश्नाचे तुमचे तुम्हीच उत्तर द्यायचे आहे. जेन ब्रायंट क्वीन सारख्या आर्थिक सल्लागारांच्या दृष्टीने, तीन महिन्यांचा जगण्याचा खर्च निघेल एवढी रक्कम पुरेशी आहे. निवृत्ती ही मात्र वेगळी गोष्ट आहे आणि त्यासाठी जितक्या लवकर बचत करू लागाल तितके बरे. पण सध्या मी बाजूला काहीच टाकलेले नाही म्हणून उद्यापासून मी एखादा महत्त्वाकांक्षी प्रकल्प सुरू करू शकणार नाही या विचाराने हातपाय गाळू नका. नियमित आणि विश्वास टाकण्यासारखी बचत हा सुरुवातीस कूर्मगती मार्ग वाटेल, पण त्याद्वारे तुम्ही तुमच्या सवयींवर नियंत्रण मिळविण्याची शक्ती प्राप्त करीत आहात, हेसुध्दा ध्यानी असू द्या.

बचतीची सवय लागण्यासाठी तुम्हाला तुमच्या बजेट मध्ये काही बदल करावे लागतील. हातात असलेले सर्व पैसे उधळून पुढच्या चेकची वाट पहात असणारे अनेक लोक असतात. आणि ते पुन्हा उधळून टाकतात. आपला पैसा कुठे आणि कधी खर्च होतो याविषयी तुम्ही जागरूक राहीले पाहिजे. दोन रुपये वर जास्त गेल्याने काय फरक पडतो असा विचार करीत असाल, तर क्षुल्लक गोष्टींवर किती पैसा वाया जातो हे ध्यानात आले तर तुम्हाला आश्चर्याचा मोठा धक्काच बसेल.

आपल्या पैशांच्या आवक–जावकीवर नजर ठेवण्यास शिकलात तर बचतीच्या सवयीसोबत एक नवे कौशल्य शिकाल. पैशांच्या व्यवस्थापनाची सवय. मग तुम्ही आपल्या पैशाचा सोपा नव्हे तर अत्यंत समर्पक उपयोग करण्यास शिकाल आणि तुमच्या लक्षात येईल की नियमितपणे बाजूला टाकलेली छोटी रक्कम एक दिवस खूप मोठी होते. महिन्याकाठी बचत करण्यासाठी पन्नास रुपये कसे उभे करता येतील या विचारात, महिन्याकाठी क्रेडीट कार्डचे बिल भरण्यासाठी पन्नास रुपये कुठून आणता येतील या विचारापेक्षा, खूप अधिक समाधान आहे.

डॉ. हिल आपल्याला धोक्याचा कंदील दाखवितात :

खर्च करण्याची सवय बऱ्याच अमेरिकन मंडळीमध्ये खुपच प्रचलित आहे, पण बचत करण्याच्या महत्त्वाच्या सवयीबद्दल आपण बरेच अनभिज्ञ आहोत. पैसे उधळण्याचा उन्माद बहुतांश सर्वांत आढळतो आणि याच सवयीमुळे आयुष्यभर ते घाण्याला जुंपलेले राहतात.

बचत की खर्च? तुम्ही कुठली सवय लावून घ्याल?

तुम्ही ही निवड करेस्तोवर एक लक्षात ठेवा की बऱ्याच समकालीन लेखकांच्या लेखनात डॉ. हिल यांच्या 'पैशाला तुमचे स्वामी बनू देऊ नका, पैशाला तुमचा गुलाम बनवा' या विचाराचे पडसाद उमटलेले दिसतात. 'द करेज टू बी रिच' या आपल्या बेस्टसेलर पुस्तकात लेखक सुझ ओरमन लिहितात :

''ज्या पध्दतीने आपण प्रत्येकजण पैशाबद्दल विचार करतो व अनुभवतो त्यावर आपल्याला किती पैसा हवा हे पूर्णत: अवलंबून असते, या ठाम विचाराप्रती मी आले आहे. आपल्यापैकी काही जणांकडे पैसे असत नाहीत कारण पैशाबद्दलच्या त्यांच्या विचारांनी आणि भावनांनी जे काही त्यांच्यापाशी आहे ते मिळविण्यात आणि राखण्यात अनंत अडचणी निर्माण होत असतात. तेच सूत्र धरून पुढे सांगायचे तर, आपल्या विचार आणि भावनांनी जे त्यांना हवे ते मिळविण्यासाठी व राखून ठेवण्यासाठी साधने निर्माण करतात, त्यांच्यापाशी पैसा टिकतो. दुसऱ्या शब्दांत सांगायचे तर या आयुष्यात आपण किती पैसा मिळविणार आणि टिकविणार याचे उत्तर आपल्या पैशाबद्दलच्या विचार आणि भावनांच्या पायात दडलेले असते.''

आणि त्याच पुस्तकात ओरमन इतरत्र असे म्हणतात :

''इतक्या वर्षांमध्ये मी अनेक लोकांकडून ऐकले आहे की त्यांच्या मताप्रमाणे त्यांच्याजवळ पुरेसा पैसा नाही व कधी असूही शकणार नाही. ते कर्जाच्या विळख्यामधून कधीच बाहेर पडू शकणार नाहीत, आपल्या मुलांच्या गरजा पुरवू शकणार नाहीत, भविष्याचा सामना करू शकणार नाहीत! स्वत: निर्माण केलेल्या आपल्या आर्थिक आयुष्यामधील सत्याला तोंड देणाऱ्या अनेक लोकांकडून मी दु:खाच्या, निराशेच्या आणि हताशपणाच्या गोष्टी ऐकल्या आहेत. सध्या तुम्ही भोगत असलेले सत्य कितीही कटू आणि निराशाजनक असले तरी त्या सत्याला सामोरे जाणे आणि त्याबद्दल आपण काहीच करू शकणार नाही असा विचार करणे यात जमीन अस्मानाचा फरक आहे. तुम्ही गर्भश्रीमंत असा वा दरिद्री, 'आपण काहीच करू शकत नाही' हा तुम्हाला रोखणारा विचार अत्यंत शक्तिमान आणि त्याचबरोबर अतिशय विनाशकारी असा असतो. मी त्यांना दारिद्रयाचे विचार असे

संबोधते आणि आपल्यापाशी कितीही पैसा असो वा नसो, दारिद्रयाचे विचार आपणा सर्वांत वास करून असतात. नकळतपणे हे दारिद्र्यविचार, गरिबीच्या शब्दांना किंवा अपयशाला निमंत्रण देतात, आणि अखेरीस दारिद्रयाच्या कृतीद्वारे ते पिढ्यानुपिढ्या चालत राहील अश्या दारिद्रयाच्या वाराश्याला जन्म देतात. हे विचार रोखणे आपल्याला शिकले पाहिजे.''

पुढे, अमाप कष्ट करूनही व्यवसायामध्ये वारंवार अपयशी होणाऱ्या आपल्या पित्याची गोष्ट त्या सांगतात :

''असे नव्हते की माझ्या पित्यामध्ये धाडसाचा अभाव होता. माझ्या दृष्टीने पाहाल तर इतर अनेक लोकांपेक्षा त्यांच्यामध्ये प्रचंड धाडस होते. तसे असूनही, मी व माझ्या भावाने त्यांना कित्येकदा असे म्हणताना ऐकले आहे, ''हे असेच घडणार होते आणि मी या बाबतीत काहीच करू शकलो नसतो.''

मोठे झाल्यावर, माझ्या वडिलांच्या आयुष्याबद्दल मागे वळून पाहताना मला ते उमगले! कितीही प्रयत्न केला तरी त्यांच्या योजना फलद्रूप झाल्या नाहीत कारण खोल, खोल मनाच्या तळाशी त्यांना असा कधीच विश्वास वाटला नाही की त्या कधी यशस्वी होऊ शकतील, होतील. त्यांनी असाच विचार केला की त्यांना कधी ते जमणार नाही. पुन्हा पुन्हा तोच विचार करून त्यांनी ते स्वतःला पटवून दिले, सांगितले आणि अखेरीस तेच खरे केले.''

जेव्हा तुम्ही बचतीची सवय सुरु करता, जेव्हा तुम्ही पैशावर आपले नियंत्रण आहे असा विचार आणि तशी कृती करता, तेव्हा अशा शक्तिशाली स्वमर्यादेवर तुम्ही नियंत्रण प्रस्थापित करता. प्रत्येक महिन्यात तुम्ही बाजूला काढून ठेवत असलेले ते दहा, पन्नास किंवा पाचशे रुपये म्हणजे 'मी पैशाला माझ्यासाठी काम करायला लावेन' असे तुम्ही स्वतःला दिलेले वचन आहे. तुम्ही स्वतःसाठी काम करू शकता हे ते वचन आणि पुरावादेखील आहे. लहान पावलांनी आरंभ करण्यात बिलकुल शरम नाही, पण कधीच सुरूवात न करण्यात मात्र.... तुम्हाला आता ठाऊकच आहे, स्वतःला तुम्ही पुढे काय म्हणायचे ते....

पाठ पाच

पुढाकार आणि नेतृत्त्व

सारांश

आदिमानवाने शेकोटीपाशी बसून जेव्हा आपल्या पूर्वजांच्या गोष्टी सांगायला सुरुवात केली, अगदी तेव्हापासून यशोवंत माणसांचे चिन्ह काय असेल तर ते म्हणजे संकट किंवा संधी वेळेवर ओळखून त्याप्रमाणे स्पष्ट तसेच प्रभावी पावले उचलून त्याचा नि:पात करणे. मधल्या दीर्घ कालावधीमध्ये जगात फारसे काही बदललेले नाही; उत्तरलक्षी माणसे शाश्वत गोष्टींच्या प्राप्तीसाठी इतरांना सदैव प्रेरित करीत असतात.

पाठ्यांश

नमनाला घडाभर तेल न जळता, नेपोलीयन हिल नेहेमीप्रमाणे सरळ मुद्यालाच हात घालतात :

जगातील सर्व माणसांचे दोन ढोबळ वर्गांत वर्गीकरण करता येते. एक, ज्यांना नेते म्हटले जाते आणि दुसरे, अनुयायी. 'अनुयायी' क्वचितच लक्ष्यवेधी यश कमावतात आणि ते सुध्दा अनुयायीत्वाची भूमिका सोडून नेत्याची भूमिका स्वीकारल्यावरच! जगातील काही वर्गांमध्ये एक चुकीची धारणा पसरविण्यात येत आहे आणि ती म्हणजे, माणूस जे जाणतो त्यासाठी त्याला पैसे दिले जातात. हे अर्ध–सत्य आहे आणि

इतर सर्व अर्धसत्यांप्रमाणेच तेही ढळढळीत असत्यापेक्षा अधिक नुकसान करते.

सत्य हे आहे, की माणसाला केवळ तो जे जाणतो फक्त त्याचसाठी नव्हे; तर तो जे जाणतो त्याच्या उपयोगाने तो काय करतो यासाठी, किंवा इतरांकडून तो काय काम करून घेतो यासाठी पैसा दिला जातो.

पुढाकार घेतल्याशिवाय कोणत्याही माणसाला यश मिळणार नाही, मग त्याची यशाची व्याख्या काही का असेना! कारण, इतर अनेक माणसांना झोपण्यास निवारा मिळविण्यासाठी, काहीतरी खायला मिळविण्यासाठी आणि घालायला कपडे मिळविण्यासाठी जी काही धडपड करणे भाग असते त्या सुमार दर्जाच्या कामापेक्षा वेगळे असे काही तो करू शकणार नाही. पुढाकार आणि नेतृत्त्वाशिवाय चाकोरीतील जीवनाच्या मुलभूत गरजा पूर्ण करणे एकवार शक्य आहे. पण एकदा का त्याने मुलभूत गरजांच्या पुढे जायचे ठरविले की त्याला एकतर पुढाकार आणि नेतृत्त्वगुणाची मशागत तरी केली पाहिजे किंवा मग दगडाच्या भिंतीमागे सुरक्षित लपून तरी बसले पाहिजे!

थोडक्यात काय, तर सहज जाता जाता जे प्राप्त होऊ शकते त्याच्या पलीकडे जायचे तर अग्रेसर होऊन आपली उद्दिष्ट्ये प्राप्त केली पाहिजेत. आयुष्याकडून अधिकात अधिक मिळवायचे असेल तर फक्त अपेक्षांची पूर्ती करणे पुरेसे नाही, तर त्या पार केल्या पाहिजेत. नेतृत्त्व आणि पुढाकार या गोष्टी एकमेकांशी संबंधित असल्या तरी त्या सारख्या मात्र नाहीत.

नेतृत्त्वगुणाचा अभाव :

असे अनेक लोक असतात जे या अभावाने पछाडलेले असतात. असेही लोक असतात ज्यांच्यापाशी नेतृत्त्वाचे काही गुण असतात, जसे की स्वतंत्र विचार करणे आणि स्वत:चा मार्ग स्वत: आखणे. दुर्दैव हे, की जी माणसे मूल्ये आणि नियम घालून देतात अश्या माणसांबरोबर ती डोकेफोड करीत बसलेली असतात. त्यामुळे, काही महत्त्वाचे प्राप्त करण्यापेक्षा वादविवादातच त्यांचा अधिक वेळ जातो. त्यांच्यापाशी पुढाकार असतो पण नेतृत्त्व नसते.

'नेता म्हणजे असा माणूस जो आपले स्वत:चे नियम बनवितो' अशी सर्वसामान्य धारणा असली तरी बहुतांश नेते आपली उद्दिष्ट्ये प्राप्त करण्यासाठी जगाला काही उलट-पुलट करून टाकीत नाहीत. त्याऐवजी, ते परिस्थितीचा अभ्यास करतात, त्यांच्या महत्त्वाकांक्षेच्या आड येणाऱ्या अडथळ्यांचा विचार करतात, आणि मग शक्य तितक्या इतर परिस्थितींचा वापर करून ते त्या अडथळ्यांवर मात करतात. प्रत्येक मानक किंवा नियम तोडण्याची ज्यांची प्रवृत्ती असते, त्यांना पुढे आपल्या लढाया निवडताना फार त्रास होतो.

आयुष्यातले आपले उद्दिष्ट्य स्पष्ट असले की प्राधान्यक्रम व्यवस्थित लावता येतो. 'निश्चित मुख्य उद्देशा'ची जाणीव असली की, सर्वच आव्हाने एकसाथ उचलण्यापेक्षा, पुढचे पाउल कोणते उचलावे, कोणती लढाई लढावी आणि जिंकावी हे ठरविता येते. तुमची उर्जा प्रभावीपणे खर्च करता येते आणि अख्खं जग आपल्याला पदोपदी विरोध करीत आहे असे वाटण्यापेक्षा, प्रत्येक छोट्या छोट्या यशामधून तुम्हाला समाधान प्राप्त होत राहते.

नेते आणि सेनापती यांच्यामधील तुलना अपरिहार्य आहे, कारण नेता आपले उद्दिष्ट्य कसे निवडतो आणि इतरांकरवी ते कसे पूर्ण करून घेतो हे थेट रीतीने दाखवणारी उदाहरणे फार कमी आहेत. जो सेनापती 'फायर' असा हुकुम देवून काही चांगले घडेल याची वाट पहात शांत बसतो तो अशा सेनापती कडून नक्कीच मात खाईल, जो आपल्या मोक्याच्या जागांचे संरक्षण करतो, योग्य वाटेल त्या मोर्चांवरून आगेकूच करतो आणि जेथे जेथे म्हणून त्याच्या सैनिकांना मोका मिळू शकतो तेथे तेथे त्यांचा योग्य वापर करतो. पोटीयर येथे फ्रेंच सैन्य इंग्रजी सैन्याकडून असेच हरले.

'नेतृत्वा'तून असेही ध्वनित होते की आपल्या उद्देशाच्या महतीबाबत लोकांना समजावून देण्याची व त्यांना त्यासाठी प्रेरित करण्याची कुवत. केवळ पुढाकाराच्या दृष्टीकोनामधून पाहिलेत तर तुम्ही असे वागाल की तुमचे उद्दिष्ट्य इतर प्रत्येकाला नि:संदिग्ध वाटावे आणि ज्यांना तसे ते वाटणार नाही त्यांच्या बाबतीत तुम्ही वैफल्यग्रस्त तरी व्हाल किंवा त्यांच्यावर रागावाल. तुमचे उद्दिष्ट्य इतरांसाठी तितकेच महत्त्वाचे असू शकत नाही – अहो, म्हणून तर ते **तुमचे** उद्दिष्ट्य आहे! नेतृत्त्व करायचे असेल तर तुम्ही लोकांना प्रेरित करण्यासाठी, धोके उचलण्यासाठी आणि त्याग करण्यास प्रवृत्त करण्यासाठी वेळ व प्रयत्न खर्च केले पाहिजेत.

नेतृत्त्वाच्या या पैलूसाठी आत्मविश्वासाची आवश्यकता असते. लोकांना तुमच्यासमवेत घेण्याचा प्रयत्न करताना तुम्ही डळमळीत राहून चालत नाही. निर्णय घेण्यासाठी इतरांनी तुमच्यावर विश्वास टाकावा असे तुम्हाला वाटत असताना, स्व–शंकेने तुम्ही कच खाऊ शकत नाही. बाकीच्या मंडळींकडून असामान्य असे काहीतरी मागत असताना, सर्वप्रथम तुम्हाला त्याचे मोल समजले पाहिजे आणि आपण ज्या मार्गावर चालणार आहोत तो योग्यच आहे याबद्दल तुमची खात्री पटलेली असली पाहिजे.

जेव्हा तुम्ही 'यशाची मूलतत्त्वे' अंमलात आणू लागता तेव्हा पुढाकारामध्ये नेतृत्त्व मिसळणे सोपे जाते. आधी अभ्यासलेल्या पाठांबरोबरच उत्साह, सहकार्य अणि सहिष्णुता या पाठांचाही विशेष करून उपयोग होईल. पण हे ध्यानी असुद्या की तुम्हाला काय हवे, फक्त याचीच दूरदृष्टीउपयोगी नाही. इतरांनाही तुमच्यासमवेत कसे आणता येईल याची कुवत आणि नियोजन तुमच्यापाशी हवे.

पुढाकाराचा अभाव :

ज्या दुसऱ्या गटाला पुढाकार आणि नेतृत्त्वाची सांगड घालणे कठीण जाते, ती मंडळी नियम आणि मानकांची भक्त असतात. उत्कृष्टतेच्या आणि गुणवत्तेच्या साचेबध्द कल्पना त्यांना आवडतात आणि त्यातील प्रत्येक ब्रह्मवाक्य पाळण्यासाठी ते स्वतःला झोकून देतात. आणि मग तेथेच थांबतात. त्यांच्याकडून जी अपेक्षा आहे नेमकी तेवढीच ते पूर्ण करतात आणि जग आपली दखल का बरे घेत नाही याचे आश्चर्य करीत बसतात. त्यांची अडचण हीच की ते नेमके त्यांच्याकडून अपेक्षित असलेले तेव्हढेच काम करतात, तसूभरही अधिक नाही.

खूप काही मिळविण्याची प्रज्ञा त्यांच्यामध्ये असते परंतु ते त्यांच्या कुवतीला अपवादात्मक अशा गुणांमध्ये परावर्तीत करू शकत नाहीत, कारण सामान्य अपेक्षांच्या पलीकडे जाऊन पुढाकार घेण्याचा त्यांचा पिंडच नसतो.

पुढाकाराचा अभाव याचा अर्थ असा नव्हे की तुम्ही कमी गुणवत्तेचे काम करता किंवा तुमच्या उद्दिष्टांची तुम्ही पुर्ती करीत नाही. फक्त तुम्ही स्वतःला हा प्रश्न विचारीत नाही की मी अधिक केले तर काय होईल? तुम्ही दुरगामी विचार करण्याऐवजी निकटगामी विचार करता आणि अनुमान–क्षमतेच्या समाधानात रममाण होता.

अशा प्रकारच्या स्व–मर्यादेमागे अनेक प्रकारच्या भीती असतात. आपण कशात चांगले आहोत हे तुम्हाला ठाऊक असते. मग दुसऱ्या कशात अपयशी होण्याचा धोका का पत्करा? खरच कां? तुम्ही आता अगदी पूर्णपणे आनंदी आहात का? मग हे पुस्तक वाचताय तरी कशाला?

जर भीतींमुळे तुमच्या पुढाकाराचा कोंडमारा होत असेल तर एवढेच ध्यानात ठेवा की जे उत्तमपणे करण्याची तुमची कुवत आहे, त्याकडे तुम्ही परत जाऊ शकताच की! काहीतरी नवीन व धैर्यपूर्ण करण्यात तसा कोणताच धोका नाही. पण त्यात खूप समाधानाची, प्रगतीची आणि काहीतरी ताजे वा चित्तवेधक करण्यासाठी तुमच्या क्षमता पणास लागल्यामुळे तुमच्यात बदल होण्याची प्रचंड शक्यता आहे.

जे अपेक्षित आहे ते करणाऱ्या लोकांसाठी या जगात नेहमीच स्थान असते. हे गुण ज्ञात असतात आणि ज्यांच्यापाशी नेतृत्त्व आणि पुढाकार आहे ते त्यांचा योग्य वापरही करून घेतात. पण अशा अनुमान–योग्य मंडळींसाठी कोणीतरी दुसरेच महत्त्वाचे निर्णय घेत राहतील आणि ही मंडळी आयुष्याकडून काही अधिक प्राप्त करता येईल का? याचा सदैव विचारच करीत राहतील.

पुन्हा एकवार, पुढाकाराची मशागत करायची असेल तर आत्मविश्वास विकसित करण्याला पर्याय नाही. स्वत:वरील विश्वासाने तुम्ही कृती केली पाहिजे नाहीतर तुमची प्रतिभा झाकोळलेलीच राहील. 'उत्साह', 'कल्पनाशक्ती' आणि अगदी 'अपयशातून फायदा' या नंतरच्या पाठांचा तुम्हाला यासाठी उपयोग होईल.

पाठ सहा

कल्पकता

सारांश

कल्पकतेच्या महतीबद्दल डॉ. हिल यांचा विश्वास अगदी दृढ होता. या पाठातील बहुतेक सर्व उदाहरणे आपल्या दैनंदिन जीवनामधील आहेत. कल्पकतेमुळे जी शाश्वत गुणवता लोक प्राप्त करतात ती पाहून ही एक मानवी कुवत किती महत्त्वाची आहे याची साक्ष पटते. परंतु तुम्ही तुमची कल्पनाशक्ती कशी वापरता, यालाही खूप महत्त्व आहेच. म्हणजे असे, की कल्पकतेच्या वापरामुळे हे समजून येते की तुम्ही यशासाठी एखादे ठराविक सूत्र वापरत नसून, तुम्ही स्वत:चे असे यश निर्मिलेले आहे – जे तुमच्या स्वप्नांमधून उमललेले आहे आणि तुमच्या कष्टानी साध्य झालेले आहे.

पाठ्यांश

कल्पनाशक्तीचा वापर केल्याशिवाय कोणत्याही माणसाने, कधीही काहीही साध्य केलेले नाही, काहीही निर्मिलेले नाही, योजना बांधलेली नाही की निश्चित मुख्य उद्दिष्ट्य विकसित केलेले नाही.

माणसाने निर्माण केलेली किंवा बांधलेली कोणतीही वस्तू आपल्या कल्पनाशक्तीचा वापर करून, प्रथमत: त्याने आपल्या मनाच्या चक्षुंनी पाहिली.

हातात भांडवल म्हणून एक कपर्दीकही नसताना जॉन वॉनमेकर यांनी एका भल्या मोठ्या उद्योगाचे, अतिशय तपशीलवार असे स्वप्न पहिले.

त्यांच्या पश्चात त्यांचे नाव धारण करणारा हा बलाढ्य उद्योग प्रथम त्यांच्या मनात, त्यांच्या कल्पनेमध्ये साकारला होता.

या पहिल्या उदाहरणामध्ये डॉ. हिल कल्पनाशक्ती आणि निश्चित मुख्य उद्दिष्ट यांचा थेट संबंध जोडतात. ते आपल्या वाचकांना सांगतात की त्यांनी स्वत:च्या यशाची कल्पना केलेली असल्याने, त्यांच्यापाशी हे महत्त्वाचे कौशल्य आहेच. तुमच्याही मनात असा काही किंतु असेल तर तो काढून टाका.

ठराविक एका छापाची माणसे असे म्हणतात की लेखापाल, दरवान किंवा दुकानदार यांच्यापेक्षा कलाकार, अभिनेते आणि लेखकांपाशी अधिक कल्पनाशक्ती असते. हे निखालस खोटे आहे. तुम्ही तुमच्या कल्पनाशक्तीचा पूर्ण वापर अजून सुरु केलेला नाही याचा अर्थ असा नव्हे की तुमच्यापाशी कल्पनाशक्ती नाही. डॉ. हिल यांच्या मते कळीचा मुद्दा हा की तुम्ही तिचा विधायक उपयोग कसा करता! आपल्या कल्पनेच्या उत्पादनांना सत्यात उतरविण्यासाठी तुम्हाला कृती करणे आवश्यक आहे.

कल्पकतेच्या कार्यशाळेमध्ये तुम्ही जुन्या, प्रसिध्द कल्पना किंवा त्यांच्या घटकांची इतर जुन्या कल्पनाशी किंवा त्यांच्या भागांशी सांगड घालून सर्वस्वी नवे भासेल अशा गोष्टीची निर्मिती केली पाहिजे. नवनिर्मितीचे हे महत्त्वाचे तत्त्व आहे.

एखाद्यापाशी 'निश्चित मुख्य उद्दिष्ट' असेल आणि ते साध्य करण्याची योजनाही असेल; त्याच्या आत्मविश्वासाचे भांडार भरलेले असेल, त्याला बचतीची उत्तम सवयही असेल, आणि पुढाकार तसेच नेतृत्त्वशक्तीसुध्दा पुरेपुर ठासून भरलेली असेल; पण जर कल्पनाशक्तीचा अभाव असेल तर हे सर्व गुण व्यर्थ आहेत. कारण या गुणांना आकार येण्यासाठी चालना देणारी शक्तीच मुळी अनुपस्थित आहे. कल्पनाशक्तीच्या कार्यशाळेमध्ये सर्व योजनांची निर्मिती होते आणि नियोजनाशिवाय कोणत्याही गोष्टीची प्राप्ती केवळ अपघातानेच होऊ शकते.

कल्पनेला प्रवृत्त करण्यासाठी कृतीचे महत्त्व खूप आहे, असे डॉ. हिल सांगतात. ताबडतोब ते अश्या व्यक्तींची उदाहरणे देतात ज्यांनी बलाढ्य साम्राज्ये उभी करण्यासाठी केवळ कल्पनेचा वारू मोकळा सोडून दिला नाही तर आपल्या

कल्पनेतील योजनेला सत्यात उतरविले! या दोन्ही उदाहरणांमध्ये प्रतिभेचा केवळ एखादा झटका आलेला नाही. तर एका क्षणात प्राप्त झालेल्या मर्मज्ञानाच्या पश्चात त्यावर कठीण विचार व परिश्रम घेतले गेले.

दैनंदिन प्रेरणा

यशस्वी योजनांचा आरंभ आणि अंतबिंदू म्हणून कल्पनाशक्तीचा कसा वापर करता येतो याचे साक्षीदार व्हा. उपहारगृहांच्या प्रणालीची कल्पना उधार घेऊन क्लारेंस साँडर्स याने पिग्ली–विग्ली या प्रसिध्द किराणा माल विक्री दुकानांची साखळी निर्माण केली. एका वाण्याकडे मदतनीस म्हणून काम करताना साँडर्स एका उपाहारगृहामध्ये जेवायला गेले होते. आपली पाळी येईपर्यंत रांगेत उभे राहिलेले असताना त्यांचे विचारचक्र सुरू झाले आणि त्यांनी आपल्या मनात खालीलप्रमाणे योजना मांडली :

'लोकांना रांगेत उभे राहून स्वत:हून वस्तू निवडून खरेदी करायला आवडतात. शिवाय या पध्दतीमध्ये कमीतकमी विक्रेते वापरून अधिकाधिक ग्राहकांची सेवा करता येते. तर मग किराणा दुकानामध्ये ही पध्दत वापरायला काय हरकत आहे? जिथे लोक आत आल्यानंतर हातात एक परडी (बास्केट) घेतील, दुकानभर फिरून हव्या त्या वस्तू निवडतील आणि परत जाताना पैसे देतील!

तिथल्या तिथे, मुलभूत 'कल्पनाशक्ती'चा वापर करून साँडर्स यांनी एका कल्पनेचे बी पेरले, ज्याचा पुढे जावून पिग्ली–विग्ली नावाचा कल्पवृक्ष झाला आणि त्याने साँडर्सना अब्जाधीश बनविले.

क्लेरेंस साँडर्स यांनी किराणामालाच्या दुकानांच्या कल्पनेत क्रांती घडविल्यानंतर आज शंभर वर्षांनी, आपण एका कॉफीसाठी किंवा डझनभर अंड्यांसाठी विक्रेत्याची वाट पाहण्याच्या कल्पनेवर हसूच! साँडर्सच्या कल्पनेमुळे किरकोळ सामानविक्रीचे तंत्र इतके बदललेले आहे की नव्या जमान्यातील दुकानदाराला ही कल्पनासुध्दा करता येत नाही की एकेकाळी सारे वाणसामान काउंटरच्या पाठीमागे रचलेले असे! अश्या जगामध्ये 'वॉल–मार्ट' किंवा

'व्हीक्टोरीयाज सिक्रेट' कोठे बरे असते?

अशी परिवर्तने फक्त भूतकाळातच घडली होती असे नाही. डेल कॉम्प्युटर्सचे प्रणेते मायकल डेल यांना विचारा. शाळेत असल्यापासूनच आयबीएम सारख्या कंपन्या जे कॉम्प्युटर्स बनवितात त्यापेक्षा उत्तम कॉम्प्युटर्स बनविण्याच्या कल्पनेने त्यांना पछाडले होते. नवीन आणलेल्या कॉम्प्युटरचे भाग सुटे करून, त्यात अधिक मेमरी व इतर भाग घालून आणि त्यानंतर त्याची पुन्हा जुळणी करून त्यांनी आपल्या आईवडिलांना गांगरून टाकले होते. त्यांची कल्पनाशक्ती त्यांना असे काहीतरी दाखवत होती जे या क्षेत्रातील बड्या धेंडाना उमजत नव्हते.

लवकरच डेल यांनी आपल्या मित्रांसाठी त्यांच्या आवश्यकतेनुसार कॉम्प्युटर्स बनवायला सुरूवात केली. काहीतरी उत्तम बनविण्याची त्यांची कीर्ती पसरत गेली आणि त्यांच्या ग्राहकांचे वर्तुळ जमले. कॉलेजच्या सुरूवातीच्या वर्षांमध्ये त्यांनी यासंबंधाने इतके काम केले की आपले भविष्य कशात आहे हे त्यांना उमगून चुकले. त्यांनी शाळा सोडली, व्यवसाय सुरू केला आणि डेल कॉम्प्युटर्सचा जन्म झाला.

'डायरेक्ट फ्रॉम डेल' या आपल्या चरित्रात मायकल डेल यांनी कल्पनाशक्तीच्या बळावर त्यांची कंपनी कशी विस्तारत गेली याचे उत्तम वर्णन केले आहे. त्यांना आपली उत्पादने विकण्यासाठी मार्ग शोधायचे होते, स्वस्तामध्ये कॉम्प्युटर्स तयार करायचे होते, उत्तम दर्जाची ग्राहकसेवा द्यावयाची होती आणि व्यवसायाच्या विस्तारासाठी अद्ययावत तंत्रज्ञान वापरायचे होते. जिथे बॉस आपल्या सहकाऱ्यांच्या न्याहारीसाठी डोनटस् खायला घेऊन येतो, अशी डेल कंपनी काही लहान राहिलेली नव्हती. एक प्रथितयश कॉम्प्युटर उत्पादक म्हणून त्यांना जोखीम पत्करणे गरजेचे होते, कष्टांना पर्याय नव्हता आणि उच्च गुणवत्तेशी बांधिलकी राखणे आवश्यक होते. परंतु 'डायरेक्ट फ्रॉम डेल' वाचणाऱ्या कोणालाही, कंपनीच्या यशामध्ये कल्पनाशक्तीचा किती मोठा वाटा आहे हे जाणवल्याशिवाय रहात नाही.

क्लॅरेंस सॉंडर्स किंवा मायकल डेल सारखी माणसे आपल्या कल्पनांबरोबर जगाला बदलायला लावतात. मग तुमचे निर्दिष्ट मुख्य उद्दिष्ट्य आणि नियोजन कागदावर उतरविताना जग कसेही असो...

ते सत्यात उतरविताना, परिस्थितीही बदलत असेल आणि घडणाऱ्या बदलांचा तुमच्या उद्दिष्ट्य प्राप्तीच्या प्रयत्नांवर परिणाम देखील होईल. जेव्हा डॉ. हिल यांनी हे

शब्द लिहिले तेव्हा त्यांनी कल्पनाही केली नसेल अश्या पध्दतीने पुढील उदाहरण कल्पनाशक्तीच्या सामर्थ्याचा दाखला देते :

माणसाच्या मनातील सर्वात फायदेशीर उत्पादन कोणते असेल तर 'कल्पना' आणि त्या साऱ्यांचा जन्म 'कल्पकते'मधूनच होतो. पाच आणि दहा सेंट स्टोअर्स ही कल्पकतेची बाळे आहेत. ही पध्दत एफ. डब्लू. वूलवर्थ यांनी सुरू केली होती आणि तिचा जन्म असा झाला; वूलवर्थ एका किरकोळ दुकानात विक्रेता म्हणून काम करीत होते. एकदा दुकानाच्या मालकाने तक्रार केली की दुकानात खूप जुनाट वाणसामान असुन ते उगीचच जागा अडवीत आहे. मालक तो कचरा भट्टीत जाळण्यासाठी पाठवायचे ठरवीत असताना, वूलवर्थ यांच्या कल्पनाशक्तीला धुमारे फुटू लागले.

''हे सामान विकण्यासाठी माझ्यापाशी एक कल्पना आहे,'' ते म्हणाले. आपण हे सारे एका मोठ्या टेबलावर पसरून मांडूया आणि एका मोठ्या बोर्डावर लिहूया – 'हर एक माल, दस रुपया..'!

कल्पना व्यवहार्य होती, ती वापरून पाहण्यात आली आणि समाधानकारकरीत्या चालली. तिचा पुढे विकास केला गेला अन पाहता पाहता वूलवर्थ स्टोअर्सच्या जाळ्याने अवघा देश पादाक्रांत केला आणि ज्या माणसाची ती कल्पना होती तो अब्जाधीश बनला.

आधुनिक काळातील वाचकाला यातील विरोधाभास स्पष्ट दिसतो. वूलवर्थ–साखळी गतकाळात जमा झाली आहे. प्रत्येक स्टोअर बंद पडले आहे आणि फक्त एका कल्पनाविलासी माणसाची आठवण राखण्यापुरती वूलवर्थ बिल्डिंग न्युयॉर्क शहरात उभी आहे. काय झाले बरे? कल्पकतेचे अपयश!

वूलवर्थ स्टोअर्सपाशी जी बाजारपेठ होती ती नव्या पिढीच्या, नव्या दमाच्या वॉलमार्ट आणि कोल सारख्या साखळ्यांनी काबीज केली. इजिप्शियन थडग्यात पुरलेल्या वूलवर्थसमवेत कंपनीचा सृजनशिलतेशी संपर्क तुटला. आणखी सत्तर वर्षांनी कदाचित सध्याच्या धुरंधरांचा आपल्या नातवांना विसर पडेल; कारण कल्पकतेच्या बळावर तुमच्यासारख्या व्यक्तिंना अशा माणसांसमोर आव्हान उभे करण्याचा मार्ग सापडेल!

कल्पकता ही चकित करणारी शक्ती असून, ज्याला कोणाला ती वापरावीशी वाटते, त्याच्यासाठी ती सदैव उपलब्ध असते. डॉ. हिल यांच्या हेही ध्यानी आले होते की कदाचित एखादी धडपड करणारी व्यक्ती, तिला साधन म्हणून वापरण्याऐवजी पलायनाचा मार्ग म्हणूनही वापरेल. कारण जोपर्यंत तुम्ही तुमच्या कल्पकतेला फक्त दिवास्वप्नाचे खाद्य पुरवीत आहात तोवर तुमचे लक्ष विचलित करण्यापलीकडे तिचा काडीमात्रही उपयोग नाही.

कल्पनेच्या अस्त्राला परिणामकारकरीत्या वापरण्यासाठी दोन गोष्टींची आवश्यकता असते. आपल्याला ती कधी फायदेशीर होत आहे हे ओळखण्यासाठी, तिची तुम्हाला व्यवस्थित माहिती होणे गरजेचे आहे, तसेच तुमचे निर्दिष्ट मुख्य उद्दिष्ट्य प्राप्त करण्यासाठी तिचा वापर करणे आवश्यक आहे. नेहमीप्रमाणे, डॉ. हिल यांच्यापाशी या संदर्भात काही सयुक्तिक सूचना आहेत :

पेटंट ऑफिसमध्ये दिले जाते ते 'पेटंट' क्वचितच अशा मुलभूत प्रकारामध्ये मोडते, ज्यात पूर्णत: नव्या किंवा आजवर कधीच शोध न लागलेल्या तत्त्वाचा वापर केलेला आढळतो. दरवर्षी लाखोंनी जी पेटंट्स मागितली आणि दिली जातात, त्यामध्ये जुन्या आणि सुप्रसिध्द तत्त्वांची केवळ नवी जुळणी किंवा नवे संयोजन केलेले असते. या तत्त्वांचा इतर अनेक पध्दतीनी आणि अनेक कारणासाठी याआधी अनेकवार वापर केला गेलेला असतो.

जेव्हा साँडर्स यांनी त्यांची प्रसिध्द पिग्ली-विग्ली स्टोर्सची प्रणाली बनविली, तेव्हा तर त्यांनी त्या जुन्या कल्पनांचे संयोजनही केले नव्हते; त्यांनी एक जुनीच कल्पना उचलून तिला नवे स्वरूप दिले किंबहुना नव्या उपयोगासाठी तिचा वापर केला परंतु त्यासाठी कल्पनाशक्तीची गरज होती.

कल्पकतेची रुजवात करायची आणि त्यामधून स्वयंस्फुर्तीच्या कल्पनांचे पिक काढायचे तर तुम्हाला, फक्त तुमच्याच कार्यक्षेत्रात नव्हे तर इतर कोणत्याही कार्यक्षेत्रात दृष्टीस पडलेल्या उपयुक्त, कल्पक आणि व्यावहारिक कल्पनांची नोंद ठेवण्याची सवय लावून घेतली पाहिजे. एक साधीशी नोंदवही घेऊन सुरुवात करा आणि त्यात

अशा प्रत्येक विचारांची, संकल्पनेची नोंद करा ज्याचा व्यावहारिक उपयोग होऊ शकेल. त्या कल्पनांचा वापर करून तुमच्या योजना बनवा. जसजसे दिवस जातील तसा एक काळ असा येईल, जेव्हा तुमच्या कल्पकतेची शक्ती तुमच्या सुप्त मनाच्या भांडारात शिरेल, जिथे तुम्ही वेळोवेळी गोळा केलेले सर्व ज्ञान साठवून ठेवलेले असेल. या ज्ञानाचे पुनर्संयोजन करून पहा; नव्या कल्पनांचे – कमीतकमी, नव्या भासणाऱ्या कल्पनांचे – दान नक्कीच तुमच्या पदरात पडेल!

जुन्या आणि ओळखीच्या कल्पनांच्या तुकड्यांच्या संयोजनाने तयार झालेल्या या नव्या कल्पनांचे मोल काही पैशांपासून ते लाखो रुपयांपर्यंत असू शकते. कल्पकतेवर किंमतीचे लेबल लावता येत नाही. मेंदूमधील हा सर्वात महत्त्वाचा विभाग आहे, कारण येथेच तर माणसाच्या उद्देश्यांचे कृतीमध्ये परिवर्तन करण्यासाठी चेतना दिली जाते.

केवळ स्वप्नरंजन करणारा माणूस कल्पकतेचा वापर जरूर करतो, पण या अचाट शक्तीचा पूर्ण वापर करण्यास मात्र तो असमर्थ असतो. कारण तिच्यामध्ये चेतना ओतून विचारांचे कृतीत रूपांतर करण्यात तो कमी पडतो. येथे त्याला पुढाकाराच्या महतीची आवश्यकता पटते – अर्थात जर तो 'यशाच्या सिध्दांता'शी परिचित असेल आणि त्याला 'क्रीयेवीण वाचाळता व्यर्थ आहे', हे उमजत असेल तरच!

ज्या स्वप्नरंजक व्यक्तीने व्यावहारिक कल्पनांची निर्मिती केलेली असेल, त्याने त्या कल्पनांच्या पाठीशी 'कल्पकतेच्या' सिध्दांताआधीच्या तिन्ही सिध्दांतांचे पाठबळ जोडावे :

१. निश्चित मुख्य उद्देश्याचा सिध्दांत

२. आत्मविश्वासाचा सिध्दांत

३. पुढाकार आणि नेतृत्त्वाचा सिध्दांत

तुमची स्वप्न पाहण्याची, कल्पनेच्या भराऱ्या मारण्याची आणि निर्मितीची शक्ती कितीही विकसित झालेली असली, तरी या तीन

सिध्दांतांच्या प्रभावाविना तुम्हाला तुमचे विचार कृतीत उतरवणे केवळ अशक्य आहे.

तुम्हाला नेहमीच यशस्वी व्हायचे आहे? कसे बरे? त्याचे उत्तर तुम्ही स्वत:च स्वत:ला द्यायचे आहे, पण महत्त्वाचे म्हणजे तुम्ही खालील टप्प्यांनुसार वाटचाल केली पाहिजे :

१. निश्चित उद्दिष्ट्य बाळगा आणि ते प्राप्त करण्यासाठी पक्के नियोजन करा.

२. पुढाकार घेऊन तुमच्या योजनेचे कृतीत रुपांतर करा.

३. पुढाकाराला आत्मविश्वासाची आणि आपली योजना तडीस नेण्याच्या क्षमतेची जोड द्या.

तुम्ही कोणीही असा, कोणतेही काम करीत असा; तुमचे उत्पन्न कितीही असो किंवा तुमच्याकडे कितीही कमी पैसे असोत – जर तुमच्यापाशी निकोप बुध्दी आणि कल्पकता असेल, तर तुम्ही हळूहळू तुमच्यासाठी असे स्थान निर्माण करू शकता की त्याद्वारे तुम्हाला आदर प्राप्त होईल आणि जगातील प्रत्येक वस्तू तुमच्या पायाशी लोळण घेईल.

ही प्रक्रिया तशी सोपी आहे. एखाद्या साध्या, मुलभूत कल्पनेने, योजनेने अथवा उद्देशाने आरंभ करा आणि यथावकाश त्याचे बलाढ्य गोष्टीत रुपांतर करा.

याक्षणी कदाचित तुमची 'कल्पकता' पूर्णत: विकसित झालेली नसेल, परंतु तुम्ही या शक्तीचा वापर करून सध्या करीत असलेल्या कोणत्याही कामाच्या पध्दतीत बदल घडविण्याचा प्रयत्न करा. अधिकस्य अधिकं फलं! जितकी जास्त वापराल, कल्पकता तितकीच वाढेल. जरा आजूबाजूला पाहिलेत तर अशा अनेक संधी आढळतील जेथे तुम्ही तुमच्या कल्पकतेचा वापर करू शकाल. कोणी सांगेल म्हणून वाट पाहू नका. दूरदृष्टी वापरा आणि तुमच्या

कल्पनाशक्तीलाच आवाहन करा. तुमची कल्पकता वापरण्यासाठी कोणी तुम्हाला पैसे देईल म्हणून वाट पहात बसू नका. कारण तुमचा खरा लाभ तेव्हाच होईल जेव्हा तुम्ही नव्या संयोजनांसाठी कल्पकतेचा वारंवार वापर करून तिला मजबूत कराल. ही सवय ठेवलीत तर लवकरच एक दिवस असा नक्कीच येईल जेव्हा तुमच्या सेवांची आतुरतेने वाट पहिली जाईल आणि त्यासाठी कोणतीही वाजवी किंमत मोजण्यासाठी लोक तयार असतील.

स्वत:च्या प्रगतीची, पदोन्नतीची कल्पना करा

जर एखादा माणूस पेट्रोल पंपावर काम करीत असेल तर कदाचित त्याला असे वाटेल की कल्पकता वापरण्यासाठी त्याला खुपच कमी वाव आहे. हे सत्य नाही कारण या पदावर कार्यरत असलेला कोणताही माणूस आपल्या कल्पकतेला भरपूर खाद्य पुरवून प्रत्येक वाहनचालकाला अशा दर्जाची सेवा पुरवू शकेल की तो वाहनचालक अधिक सेवेसाठी तेथे वारंवार परत येऊ लागेल. एवढेच नव्हे तर तो एक पायरी पुढे जाऊन, दर दिवसाला, आठवड्याला किंवा महिन्याला एका नव्या ग्राहकाची भर टाकून स्वत:च्या उत्पन्नामध्ये लवकरच भर टाकू शकेल. या प्रकारच्या कल्पकतेच्या वापराने आणि त्याच्या जोडीस आत्मविश्वास व पुढाकाराने, अधिक निश्चित मुख्य उद्दिष्टाच्या सहाय्याने, पुढेमागे हा माणूस नक्कीच अशी योजना बनवेल ज्यामुळे निकटचे आणि दूरचेही ग्राहक त्याच्याकडे नियमित येऊ लागतील आणि यशाच्या महामार्गावर त्याची घोडदौड सुरु होईल.

पेट्रोल पंपावरील सेवकाच्या उदाहरणाने डॉ. हिल आपल्याला आपण यापूर्वी दुर्लक्ष करीत असलेल्या कल्पकतेचा वापर कसा करावा याचा वस्तुपाठ घालून देतात. ते सुचवितात की तो सेवक, एका निश्चित उद्देशावर प्रथम लक्ष केंद्रित करतो आणि त्यानंतर त्याची कल्पनाशक्ती त्याला जो मार्ग दाखविते त्यावर तो चालत राहतो. ध्यानी घ्या की त्याचा ठोस उद्देश – ठराविक काळामध्ये पुन्हा पुन्हा येणाऱ्या ग्राहकांची एक विशिष्ट संख्या – म्हणजे काही गुलबकावलीचे फुल नाही. परंतु हे असे लक्ष्य आहे की जे त्याला मोजता येण्याजोग्या प्रगतीच्या वाटेवर घेऊन जाते आणि

कल्पकतेच्या वापराने आपण यशस्वी होत आहोत हे पाहण्याचा आनंद त्याला देते. जसजशी सेवकास आपली कल्पनाशक्ती वापरणे सोयीस्कर वाटू लागते आणि त्याच्या कल्पकतेला विशिष्ट प्रकारच्या कल्पना प्रसवण्याचे प्रशिक्षण दिले जाते, तसतशी मोठी महत्त्वाकांक्षा बाळगणे त्यास शक्य होऊ लागते.

यशाच्या इतर अनेक गुणधर्माप्रमाणे, कल्पकतादेखील स्वत:ला वर्धित करते. थोड्याशा आत्मविश्वासाने तुम्ही नव्या गोष्टी करून पाहण्यास उद्युक्त होता आणि थोड्याशा कल्पकतेने अशा परिस्थितीची निर्मिती होते जेथे तुम्ही अधिक कल्पकता वापरू शकता. एकदा का तुम्ही कल्पकतेवर लक्ष केंद्रित करण्याचे ठरवलेत की तुमच्या निश्चयाला गोमटी फळे येतील. अल्बर्ट आईन्स्टाईन म्हणाले होते, ''कल्पकता ज्ञानाहून श्रेष्ठ आहे.''

सध्या तुम्ही कितीही कठीण परिस्थितीत असलात तरी खात्री बाळगा – कल्पकता तुम्हाला अडचणींवर मात करण्याचा मार्ग दाखवेल आणि इप्सित यश मिळवून देईल.

पाठ सात

उत्साह

सारांश

आपल्या निश्चित मुख्य उद्दिष्टाचा पाठपुरावा करण्यासाठी उत्साह हा साहजिकच सर्वात मोठा गुण असला, तरी आश्चर्य असे की प्रेरणादायी साहित्यामध्ये तो प्रचलित असलेला दिसत नाही. दृढनिश्चय, नियोजन आणि संघकार्य अशा गुणांची सर्वच लेखक वाखाणणी करीत असले तरी आयुष्यात जे काही मिळवायचे त्यासाठी या सांसर्गिक गुणधर्माची शक्ती आणि गरज, या दोन्ही बाबींकडे ते दुर्लक्ष करताना आढळतात.

नेपोलियन हिल यांनी **'मर्म यशाच्या सिध्दांताचे'** या पुस्तकात उत्साहाबद्दल संक्षिप्त चर्चा केलेली असली तरी या गुणाच्या मोलाबद्दल त्यांच्या मनात कधीच शंका नव्हती. त्याची उपयुक्तता आणि महती याबाबत त्यांनी दिलेल्या उदाहरणासोबत आम्हीही काही आधुनिक उदाहरणे देत आहोत ज्यायोगे उत्साहाचा परिणामकारक वापर कसा करता येईल, हे समजेल. तसेच, उत्साहाचा विकास आणि योग्य वापर करून तुम्हाला तुमचे उद्दिष्ट्य साध्य करण्यासाठी कशी मदत होऊ शकेल, याबद्दलही आम्ही तुम्हाला काही सूचना देणार आहोत.

पाठ्यांश

उत्साह ही एक अशी शक्ती आहे की जी केवळ तिच्या धारकालाच अधिक ताकद देते असे नाही, तर ती सांसर्गिक असून, जेथे जेथे ती पोहोचते, तेथे तेथे आपला प्रभाव दाखवते. कामात उत्साह असेल तर चाकोरीचा वैताग जाणवत नाही. आपण पाहतोच की कामातला कंटाळा दूर करण्यासाठी कष्टकरी मंडळी काम करता करता गाणे गुणगुणतात.

महायुध्दाच्या[३] काळामध्ये जेव्हा 'यांक्स' युध्दभूमीवर गेले, तेव्हा ते अत्यंत उत्साहात, गाणे गात गेले. परंतु दीर्घकाळ युध्दभूमीवर वास्तव्य केलेले, निरुत्साही सैनिक काही त्यांना योग्य साथ देऊ शकले नाहीत.

ग्रीष्म-ऋतू मध्ये बोस्टन शहरामधील फिलेन डीपार्टमेंटल स्टोर त्यांच्या स्वत:च्या बँडच्या सुरावटींवर उघडते. दुकान उघडण्याआधी विक्रेते मंडळी त्या सुरावटीवर धुंद होऊन नाचतात आणि शेवटी जेव्हा दरवाजे उघडतात तेव्हा ग्राहकांचे स्वागत उत्साही, जोशपूर्ण, हसऱ्या चेहऱ्याच्या विक्रेत्यांनी होते – ज्यांपैकी बरीच मंडळी अजूनही काही क्षणापूर्वी ऐकलेले सूर हलकेच गुणगुणत असतात.

उत्साहाचा झरा विक्रेत्यांमध्ये दिवसभर झुळझुळत राहतो. त्यांचे काम हलके भासते आणि त्यांच्या ग्राहकांसाठी दुकानात सुखद वातावरणाची निर्मिती होते.

अनेक व्यवसायांनी हा धडा विचित्र मार्गाने शिकल्यासारखे वाटते. ग्राहकांचा उत्साह वाढवण्यासाठी सतत चालू ठेवलेल्या संगीतविरहित वातावरणात आजकाल कोणाला बरे शॉपिंग करायला आवडेल? आजकालच्या काळात 'स्टोअर बँड' ची कल्पना अजब वाटली तरी त्या जुन्या फिलेनने नक्कीच काहीतरी विशेष साधले होते. त्यांनी आपल्या ग्राहकांना प्रभावित करण्यासाठी विक्रेत्यांना प्रभावित करण्याचा मार्ग

---

३ ज्या काळात नेपालियन हिल लिहीत होते, तेव्हा 'महायुध्द' या शब्दाचा अर्थ एक मतभेद असा होता. दुर्दैवाने आता तसे राहिलेले नाही. परंतु मूळ पुस्तकाच्या तारखेवरून याचा अर्थ 'पहिले महायुध्द' असाच असावा.

चोखाळला होता. आजच्या काळात सुध्दा, अशा दुकानात पाऊल टाकणे तुम्हाला किती बरे वेगळे भासेल, जेथे सर्व विक्रेते उत्साहात आहेत, आनंदात आहेत आणि आपल्या कामात त्यांना खूप रस आहे? सतत वाजणारे ठोकळेबाज संगीत मात्र विपरीत परिणाम करू शकते. कारण न आवडणारी गाणी सर्वांच्या आनंदासाठी जेव्हा कर्कश्य आवाजात वाजविली जात असतात, ते सर्वच ग्राहकांना भावेल असे नाही. त्यापेक्षा उत्साही विक्रेते हे एक उत्तम आयुध आहे, जे ग्राहकांच्या गरजांनुसार आणि ते रस्त्यावरून दुकानाच्या आत आणत असलेल्या मूड्स नुसार, त्यांच्याशी संवाद साधू शकतात.

परंतु उत्साहाच्या योग्य वापराचीही एक गुरुकिल्ली आहे. आत्यंतिक उत्साह कधी योग्य असतो तर कधी अनर्थकारी. उत्साहाला कसे अभिव्यक्त केले जाते, ते महत्त्वाचे. तुमच्या आतमध्ये जर तो तळपत असेल, तर तो श्रम करण्यास चालना देतो, नव्या वाट चोखाळण्यासाठी धाडस देतो आणि तुमची भीती ज्या परिस्थितीपासून पलायन करण्यासाठी तुम्हाला सुचवत असते, त्या परिस्थितीला तोंड देण्यासाठी निर्धार देतो. तुम्ही उत्साहाची अभिव्यक्ती अनेक पध्दतीने करू शकता. दिवसातल्या प्रत्येक क्षणी तुम्ही तरतरीत आणि हसऱ्या चेहऱ्याने वावरू शकता ; तसे वागणे कधी वरदान ठरेल तर कधी शाप!

नियंत्रित उत्साहाचे महत्त्व

डॉ. हिल स्पष्टपणे नोंदवितात की,

जर उत्साह नियंत्रित असेल आणि निश्चित कारणासाठी वापरला जात असेल, तरच त्याचा फायदा होतो. अनियंत्रित उत्साह कदाचित, आणि बऱ्याचदा, संहारक असतो.

कल्पना करा – युध्दाच्या काळामध्ये अमेरिकेचे राष्ट्राध्यक्ष देशासमोर उभे ठाकून म्हणाले, ''आम्ही शत्रूची खांडोळी करून टाकू...'' आणि गडगडा हसले, तर? अशा वेळी आपल्या शत्रूवर विजय प्राप्त करण्याची इच्छा फार प्रबळ असते. निरुत्साहाने चालविलेल्या युध्दाची परिणीती विलंबात आणि अधिक जीवितहानी मध्ये होते. त्यापेक्षा तत्पर कृती चांगली. वरदेखले पाहिले तर या समजुतीमुळे काही नागरिक अशा भावनिक आवाहनावर टाळ्या वाजवतील देखील. पण बहुसंख्य जनता मात्र, आपला सरसेनापती असे बेदरकार वक्तव्य करून विनाशात आनंद मनात आहे, हे

पाहून गांगरून जाईल. ते विचारात पडतील की युध्द एखादा खेळ म्हणून खेळले जात आहे की खरोखरीच एखाद्या योग्य कारणासाठी?

नुकत्याच घडलेल्या घटनांनी आपल्याला हे दाखवून दिले की चाणाक्ष नेत्याने, परिस्थितीचे गांभीर्य ध्यानी घेऊन आणि धोके तसेच खर्च यांचा पूर्ण विचार करून आपल्या उत्साहाला थोडीशी मुरड घातली पाहिजे. रांगड्या जल्लोशापेक्षा नेत्याने निग्रहीपणा आणि खंबीरपणा दर्शविला पाहिजे.

तुम्ही देशाला युध्दाच्या खाईत लोटण्याची शक्यता तशी कमी आहे. परंतु कोणत्याही परिस्थितीत तुम्ही तुमची उद्दिष्टये आणि तुमचा प्रेक्षकवर्ग यांना जोखून तुमच्या कृतींना त्याप्रमाणे बदलले पाहिजे. असे केल्याने तुमचा उत्साह आणि उद्दिष्ट्य यांची सांगड घालता येते. त्यावरून हे समजते की तुम्हाला उत्स्फुर्ततेची गरज आहे की दीर्घकालीन नियोजनाला चिकटून राहण्याची. जर तुम्ही ज्यांच्याशी व्यवहार करत आहात त्या मंडळींचा मूड बदलण्याची गरज असेल तर तुम्हाला एका सामायिक बिंदूने आरंभ करता येतो–मग जरी तुम्हाला जे मिळवायचे आहे ते सध्याच्या मूडच्या अगदी विरोधी असले तरी चालेल.

दुसऱ्याचा मुड समजण्यासाठी काही सरावाची आवश्यकता असते. तुमचे परिस्थितीबद्दलचे अनुमान योग्य आहे अशी खात्री पटेपर्यंत सावध पवित्राच योग्य. एक लक्षात ठेवा की नियंत्रित उत्साह म्हणजे काही कमी उत्साह नव्हे. तुमच्या उत्साहावर जेव्हा तुम्ही सातत्याने लक्ष केंद्रित करता तेव्हा प्राप्त झालेल्या यशाच्या चवीने तो वृध्दिंगत होत जातो.

एखादे कार्य करण्यासाठी तुम्हाला उत्साहाला हुकमी आवाहन करता येत नसेल तर आपण कोणती कामे उत्साहाने करतो यावर वेळ काढून विचार करा. कदाचित एखादा छंद असेल किंवा कोणी सांगितल्याशिवाय करावासा वाटणारा कामाचाच दुसरा भाग. असे काही आहे का ज्यामध्ये तुम्ही स्वत:ला हरवून जाता आणि खात्रीने ते काम करता? असे काही आहे का जे तुम्ही अपयशाची भीती बाजूला सारून अथवा कटू प्रतिक्रियांची भीती सोडून करता? मग उत्साहाने करण्याजोगे असे काही तुम्हाला सापडले आहे!

डॉ. हिल यांना बहुसंख्य मंडळी ज्याचा उत्साहाने पाठपुरावा करतात अशा सामायिक गोष्टींची कल्पना होती :

'वाईट मुले' जे करतात ते म्हणजे अनियंत्रित उत्साहाचा परिणाम होय. अनियंत्रित उत्साहामुळे जी शक्ती व्यर्थ जाते, तिची अभिव्यक्ती तरुणांमध्ये स्वैराचारी लैंगिक संबंधामध्ये होते. हीच शक्ती जर योग्य मार्गाला लावली आणि दुसऱ्या एखाद्या योग्य शारीरिक कृतीसाठी वापरली तर ती तरुणांना उच्च कामगिरीसाठी उद्युक्त करू शकते.

लोक ज्या पध्दतीने लैंगिकतेचा विचार करतात ते पाहूया. आपण आपली सर्व शक्ती त्यामध्ये केंद्रित करतो, स्वत:ला कसे सादर करावे याकडे लक्ष पुरवितो आणि एकंदरीतच त्या सर्व परिस्थितीशी जुळवून घेतो. आपले उद्दिष्ट्य चटकन साध्य होत नाही असे आढळल्यावरदेखील त्याची संभावना कशी वाढविता येईल याचाच विचार चालू ठेवतो – त्यादृष्टीने, व्यायामशाळेत नाव दाखल करण्याबद्दल, नव्या कपड्यांबद्दल किंवा असे इतर काहीही, ज्यामुळे त्यात यशस्वी होण्याची संभावना वाढेल, अशा गोष्टींबद्दल विचार करू लागतो. आपणाला जे घडायला हवे त्याची स्वप्ने पाहण्यात खूप मोलाची मानसिक शक्ती खर्च करू लागतो आणि त्यामुळे उत्साह अधिक वाढल्याचा अनुभवही येऊ लागतो.

मग आता असा विचार करा की लैंगिकतेबाबत जो उत्साह तुम्हाला वाटतो तसाच निश्चित मुख्य उद्दिष्टाबाबत वाटला तर? किंवा कदाचित लैंगिक विषय नसेल, पण असे काहीही जे नेहमीच तुमच्या मनात सतत उचंबळून येत असते? अगदी तसाच पाठपुरावा आपल्या आयुष्यामधील इतर उद्दिष्टांसाठी करावा असे नाही का तुम्हांला वाटत?

अशा पध्दतीचा नियंत्रित उत्साह प्राप्त करणे तुम्हाला शक्य आहे. ज्यामधून तुम्हाला आनंद प्राप्त होतो त्याविषयीची तुमची अभिलाषा न मारता, ज्या क्षणी तुमच्या ध्यानात असे येईल की त्या दुसऱ्या महत्त्वाच्या उद्दिष्टासाठी देखील तसेच लक्ष केंद्रित करणे आवश्यक आहे, तेव्हा त्या निश्चित मुख्य उद्दिष्टाकडे विचार वळवणे तुम्हाला जमले पाहिजे. सुरुवातीस कदाचित ते कष्टप्रद वाटेल. पण त्यामुळे तुम्ही धोक्यात येणार नाही.

जसजसे तुम्ही निश्चित मुख्य उद्दिष्टावर उत्साह केंद्रित करू लागता तसतसे खूप फायदे मिळू लागतात. आत्मविश्वास आणि पुढाकार अधिक सहजी प्राप्त होतो. कल्पकतेच्या पोटी फळे येऊ लागतात. मास्टर माईंडच्या युतीचा लाभ उठविण्याची

तुमची कुवत वृध्दिंगत होऊ लागते. बचत करण्याचा तुमचा निश्चय दृढ होऊ लागतो. निश्चित मुख्य उद्दिष्ट्य प्राप्तीच्या दिशेने होणारी तुमची प्रगती तुम्हाला अशी काही चेतवू लागते की तो एक अभूतपूर्व अनुभव ठरावा. आणि तत्काळ समाधानासाठी म्हणून जे काही तुम्ही इच्छिता, ते सर्व अशा गुणसंपन्न व्यक्तीकडे सहजी चालून येते.

नियंत्रीत उत्साह तुमच्यासाठी काम करू लागला की तुम्ही तुमच्या हातामधील कामासाठी सक्षम होऊ लागता. एका रात्रीत घडणारा चमत्कार नाही हा! आपण तो निर्माण करू शकतो याची तुमच्या मनाची खात्री पटते. हे ज्ञान अनमोल आहे.

पाठ आठ

संयम

सारांश

'उत्साह ' या पाठात नुकतेच आपण वाचले की आपली ऊर्जा आणि प्रयत्न यांना निश्चित मुख्य उद्दिष्टाच्या प्राप्तीच्या दिशेने जाणीवपूर्वक वळविणे अत्यंत आवश्यक आहे. जरी संयमाविषयी याआधीच्या पाठांत (बचतीची सवय, उत्साह) बोलले गेले आहे, तरी त्याच्या महत्त्वामुळे नेपोलियन हिल यांना त्याविषयी वेगळे भाष्य करणे गरजेचे वाटते.

संयमाचा सर्वात मोठा शत्रू म्हणजे बेलगाम भावना. भावनांवर विजय मिळविणे म्हणजे, शक्य असले तरीही, त्यांना नष्ट करणे नव्हे. म्हणूनच, काही अनिष्ट प्रतिक्रिया काळजीपूर्वक कमजोर केल्यात, तर त्यांचा पूर्वीइतका वाईट परिणाम होणार नाही. याउलट, काही सकस, भावनात्मक प्रतिक्रियांना प्रोत्साहन दिलेत तर यशाच्या पाठपुराव्यामध्ये तुम्हाला प्रचंड फायदा होईल.

पाठ्यांश

(या पाठाच्या सुरुवातीच्या परीच्छेदांना सहज समजून घेण्यासाठी तुम्हाला हे ठाऊक असले पाहिजे की जेव्हा डॉ. हिल 'सुप्रारेनल ग्रंथी' चा संदर्भ देतात तेव्हा त्यांना 'ॲड्रेनलीन' असे अभिप्रेत असते. सुप्रारेनल हा शब्द, त्या ग्रंथींच्या मुत्रपिंडाच्या वरील स्थानावरून प्रचलित झाला आहे)

मानवी वंशाला ठाऊक असलेल्या इतर कोणत्याही कमतरतेपेक्षा अधिक दु:ख, संयमाच्या अभावी मानवजातीच्या वाट्याला आलेले आहे. हा सैतान प्रत्येक माणसाच्या आयुष्यात केव्हा ना केव्हा डोकावतोच.

प्रत्येक यशस्वी माणसाला आपल्या भावनांचे संतुलन राखण्यासाठी एक 'तोल–चक्र' बाळगले पाहिजे. जेव्हा एखाद्या माणसाचा तोल सुटतो, तेव्हा त्याच्या मेंदूत नक्की कोणते बदल होतात ते समजून घेतले पाहिजेत. जेव्हा माणूस प्रचंड चिडतो, तेव्हा सुप्रारेनल ग्रंथी त्यांचा स्त्राव खूप अधिक प्रमाणात रक्तामध्ये सोडू लागतात आणि जर ते तसेच चालू राहिले तर जमा झालेला स्त्राव संपूर्ण शरीराचे नुकसान करू शकतो आणि प्रसंगी मृत्यू देखील येऊ शकतो.

सुप्रारेनल ग्रंथी म्हणजे नैसर्गिक दुरुस्ती–संच आहे, ज्यामुळे इजा झाल्यावर सतत वाहणारे रक्त गोठते आणि त्याचा प्रवाह थांबतो. राग आल्यामुळे सुप्रारेनल ग्रंथी उत्तेजित होतात आणि रक्तात त्यांचा स्त्राव भरभरून ओतू लागतात. त्यामुळे रक्तप्रवाह तात्पुरता थांबतो आणि चेहरा आलटून पालटून पांढरा व लाल दिसू लागतो. यात शंकाच नाही की माणसाच्या असंस्कृत काळामध्ये निसर्गाने ही बचाव प्रणाली माणसाच्या भल्यासाठी निर्माण केली होती, कारण त्या काळात राग येण्याच्या पश्चात, भयंकर हाणामारी होत असे आणि त्यादरम्यान शिरा कापल्या जावून प्रचंड रक्तस्त्राव होत असे.

तणावाला जो 'लढा अथवा पळा' प्रतिसाद दिला जातो, त्याचाच एक भाग म्हणजे ॲड्रेनलीनचे स्त्रवणे. मानवी शरीर तत्काळ तयारी करून ऊर्जेचे मोचन करते आणि रक्ताचा प्रवाह त्वचेच्या पृष्ठभागी येण्यापासून रोखते. श्वासाची गती वाढते, जेणेकरून स्नायुंना पळण्यासाठी किंवा इतर काहीही कृती करण्यासाठी ऑक्सीजनचा वाढीव पुरवठा करणे गरजेचे असते. ॲड्रेनलीन प्रतिसाद केवळ असंस्कृत काळातच नव्हे तर आजही तेव्हा उपयोगी पडतो जेव्हा आपल्याला एखाद्या शारीरिक धोक्याला तत्काळ प्रतिसाद देणे आवश्यक असते (उदा. बर्फावरून पाय घसरणे).

एखादा अप्रत्यक्ष धोकादेखील ॲड्रेनलीन प्रक्रियेचे कारण बनू शकतो. शहरी

माणसांमध्ये प्रसिध्द असलेले याचे उदाहरण म्हणजे आईने मुलाला वाचविण्यासाठी त्याच्या अंगावरून कोणतीही अत्यंत जड वस्तू (अगदी गाडी सुध्दा) उचलून दूर करणे. या दोन्ही घटनांमध्ये अॅड्रेनलीनचे स्त्रवणे ज्यामुळे चेतविले गेले तो होता मेंदूकडून येणारा एक संदेश – म्हणजेच, अगदी मुलभूत पातळीवरील भावनिक प्रतिक्रीया.

अपयशासाठी तयार?

दुर्दैवाने, अॅड्रेनलीन प्रतिसाद स्वयंचलित असतो. अचानकपणे इजा पोहोचलेला शांतताप्रिय माणूसही अद्वातद्वा बोलू लागतो कारण तत्काळ कृती घडण्यासाठी म्हणून त्याच्या जाणीवा अवरोधित झालेल्या असतात. खिळा ठोकताना बोट हातोड्याखाली चेचले गेले तर आपण नेहमी ज्या भाषेचा प्रयोग करणार नाही, अशी भाषा वापरतो किंवा हातोडा दूर भिरकावून देतो (आणि अधिक नुकसान करतो).

शिकागोमध्ये डॉ. हिल जे 'हिल्स गोल्डन रुल' हे मासिक प्रसिध्द करीत, त्याच्या ऑगस्ट १९२० च्या अंकात त्यानी यापेक्षा अधिक नाट्यमय उदाहरण दिलेले आहे.

आज सकाळी ऑफिसला जाताना आम्ही रस्त्यावर एक अपघात पाहिला; ज्यामुळे संयमाची अप्रतिम क्षमता विकसित करणे किती गरजेचे आहे याचे स्मरण झाले.

फुटपाथवरून चालणारा एक माणूस मागेपुढे न पाहता अचानक रस्त्यावर आला आणि एका मोटारीने त्याच्या कोटाची बाही जवळजवळ कापलीच!

तो रागाने त्या गाडीच्या मागे दुडक्या चालीने धावू लागला आणि चालकाला आपली मुठ दाखवत 'तुला पकडले तर चांगलाच धडा शिकवेन' असे हावभाव करू लागला.

असा पाठलाग करताना रस्त्यावरून जाणाऱ्या दुसऱ्या एका मोटारीने त्याला धडक दिली आणि तो बेशुध्द पडला.

या साध्या उदाहरणावरून हे समजून येते की तत्काळ उद्भविणाऱ्या भावनिक प्रतिक्रियेचे परिणाम विनाशकारी असू शकतात. आपणा सर्वांना हा अनुभव असेलच

की रागाच्या भरात आपण असे काही बोलतो किंवा करतो ज्याचा आपल्याला मागाहून खूप पश्चाताप होतो.

उत्तर भावनांच्या निर्दालनात नाही. ॲड्रेनलीन प्रतिसादाची आपल्याला आनंद, दु:ख आणि अगदी योग्य तितका राग, यांच्याइतकीच आवश्यकता आहे. भावनांचे संपूर्णत: दमन केले तर आपण क्रियाशून्य होऊ – मग खायचे कशाला, आणि काम कशाला करायचे, जर कशातच काहीच अर्थ नसेत तर?

हातोड्याने बोट चेचले जाताच जितक्या जलद आपण शिव्याशापांची प्रतिक्रिया देतो, तितक्या जलद भावनिक प्रतिसाद नेहमीच होत नाही. बऱ्याच वेळा आपल्याला काही सेकंदांचा, मिनिटांचा किंवा तासांचा अवधी मिळतोच ज्यामध्ये आपण आत्मपरीक्षण करून कोणती कृती करावी याचा विचार करू शकतो. आणि प्रश्न असा की त्यानंतरदेखील आपण भावनिक प्रतिसाद द्यावा की आपला हेतू साध्य होईल असा तर्कशुध्द प्रतिसाद द्यावा?

ॲड्रेनलीन सोबत उल्हास देखील येतो, ज्यामुळे ऊर्जेची आणि काहीतरी कृती करण्याची प्रबळ भावना निर्माण होते. बऱ्याच वेळा अशी इच्छा होते की धोक्याचा निप्पात करावा आणि शारीरिक अथवा शाब्दिक पातळीवर फटकारावे. अश्या प्रतिसादाने साहजिकच संकटात भरच पडते अन् धोका अधिक वाढतो.

त्या सुरूवातीच्या काही क्षणांमध्ये संयम राखता आला पाहीजे. प्रतिसादाला नियंत्रणात ठेवले तर ॲड्रेनलीनचा स्त्राव ओसरतो. सारासार विचार करणे शक्य होते, प्रत्यक्षात घडलेल्या आणि घडू शकेल अशा नुकसानीचा अंदाज घेता येतो आणि ज्या कृतीने झालेले नुकसान भरून काढता येईल किंवा अधिक नुकसान होणार नाही, अशी कृती करता येते. संयम राखण्याचा प्रयास म्हणजे काही दिवसभर स्वत:शी चाललेले युध्द नव्हे. संयम म्हणजे कृतीपूर्व विचार. अर्थात, संयम म्हणजे इच्छाशक्तीच्या छोट्याछोट्या, संक्षिप्त भागांचे असे प्रतिपादन, जे शेवटी एकत्र येऊन मोठे बनते.

अशा पध्दतीने ज्यावर लगाम घालावयचा, ती राग हीच काही एकमेव भावना नव्हे. आपणा प्रत्येकाच्या वेगवेगळ्या मर्यादा आहेत. चैनीच्या मागे लागलो की संयमाची लढाई आपण गमावू लागतो. अळमटळम करून आपण भीतीवर ठासून विजय मिळविण्याची संधी घालवून बसतो.

भावनिक प्रतिसादामुळे तुम्ही तुमच्या निश्चित मुख्य उद्दिष्टाकडे जाण्यास

उशीर करता. राग आल्यानंतर दहा आकडे मोजण्याचा जुना उपाय खरोखरीच चांगला. पण त्यामुळेही जर तुम्हाला क्रोधावर विजय मिळविता येत नसेल तर भावना तुमच्यावर स्वार का बर होऊ पाहतात, याचे आत्मपरीक्षण करणे गरजेचे आहे. त्यासाठी मदत मिळते का पहा. मित्रांशी, कुटुंबियांशी, धर्मगुरूंशी, व्यावसायिक सल्लागारांशी बोला. स्वत:ला सुधारण्यासाठी लाज कशाला? सतत स्वत:चे नुकसान करून घेण्यापेक्षा ती लाज काही अधिक वाईट नाही.

त्याऐवजी असा विचार करा, की माझ्या कृतीमुळे मी बंधमुक्त होऊन पुढे मार्गक्रमणा करू शकेन. जर तुम्ही स्वत:ला प्रशिक्षित करून, संकटात नुसतेच चिडण्याऐवजी सारासार विचार करून परिस्थितीचे विश्लेषण करू शकलात; जर तुम्ही अनावश्यक आणि अविवेकी गोष्टीमध्ये अडकून पडण्याच्या तुमच्या प्रबळ इच्छेवर मात करू शकलात; जर तुम्ही निश्चित मुख्य उद्दिष्ट्याचा पाठपुरावा करणे यात आपल्या आयुष्याचे सार्थक मानलेत; तर तुम्ही केवळ तुमच्या विचारांवर आणि कृतीवरच नव्हे, तर तुमच्या नियतीवरदेखील नियंत्रण प्राप्त करू शकाल!

पाठ नऊ

मानधनापेक्षा अधिक काम करण्याची सवय

सारांश

इतर अनेक प्रसिध्द लेखकांनी जिला उचलून धरलेले नाही, अशी डॉ. हिल यांची ही वैशिष्ट्यपूर्ण संकल्पना. ते स्पष्ट करतात की या विशेष प्रयत्नाने दोन फायदे संभवतात : सुधारित कौशल्य आणि वाढलेला नावलौकिक! हा पाठ तसा लहानच आहे, पण याच्या अध्ययनाने प्राप्त होऊ शकणाऱ्या संधींची यादी खूप मोठी आहे.

पाठ्यांश

हा एक असा सिध्दांत आहे की ज्याच्या अडथळ्याशी ठेचकाळून अनेक जीवनक्षेत्रांचा चक्काचूर झाला आहे. सामान्यत: लोकांमध्ये असा दृष्टीकोन आढळतो की जेव्हढे चालून जाईल तेव्हढेच कमी काम करावयाचे. पण जर अशा मंडळींच्या आयुष्याचा तुम्ही अभ्यास केलात तर असे ध्यानी येईल की असे केल्याने तात्पुरता निभाव लागत असला तरी त्यापलीकडील प्रगती मात्र साधता नाही येत!

यशस्वी मंडळींनी हा नियम पाळण्याची दोन महत्त्वाची कारणे आहेत :

१. ज्याप्रमाणे शरीराचे हात आणि पाय त्यांच्या उपयोगाच्या प्रमाणात

वाढतात, त्याचप्रमाणे बुध्दीदेखील वापराने वाढते. जास्तीतजास्त काम केल्याने, ज्या विभागाच्या माध्यमातून त्या सेवा पुरविल्या जातात, तो विभाग अधिक बळकट आणि अचूक होऊ लागतो.

२. तुम्हाला जेवढे मानधन मिळते त्यापलीकडे सेवा पुरविल्याने तुमच्यावर प्रकाशझोत राहतो आणि त्यामुळे लवकरच तुम्हाला अधिक उत्तम संधी प्राप्त होण्याची शक्यता वाढते, तसेच तुमच्या सेवांसाठी सदैव बाजारपेठ उपलब्ध राहते.

एमर्सन या सुप्रसिध्द आधुनिक तत्त्ववेत्त्याचा इशारा ध्यानी असू द्या. 'कृती करा आणि तुम्हाला शक्ती मिळेल'.

हे अगदी शब्दश: खरे आहे. सरावाने नैपुण्य मिळते. जितके अधिक चांगले काम करीत राहाल तेवढे त्यामध्ये निष्णात होत जाल आणि कालांतराने तुम्हाला त्या क्षेत्रात फार कमी स्पर्धक उरतील.

नेमून दिलेल्या कामापलीकडील काम करण्याची ही संकल्पना डॉ. हिल यांनी आपल्या आयुष्यात खूप लवकर अंमलात आणली होती – अगदी त्यांच्या पहिल्या नोकरीतच! ''हिल्स गोल्डन रुल्स'' या पुस्तकात ते लिहितात :

''... काही महिन्यानंतर मी हे शिकलो की आपल्याला ज्या कामाचे पैसे मिळतात त्यापलीकडे जावून काम करण्याच्या संधी शोधण्याचा खूप फायदा होतो. लेखापालांचे टेबल माझ्या जवळच होते. त्यांना हा मोठा विनोदच वाटायचा की मी सायंकाळी परत येऊन त्यांची काही छोटीमोठी कामे करायचो, जसे की बिले तपासणे, खातेवही लिहिणे इत्यादी. त्यामुळे त्यांना 'समाजकार्य' करण्यासाठी मोकळा वेळ मिळायचा.

एके दिवशी ते जे गेले ते परतलेच नाहीत. पगारपत्रक बनवले गेले नव्हते आणि पगाराचा दिवस तर येऊन ठेपला होता. मला मात्र ते काम पूर्ण करणे ठाऊक होते कारण संध्याकाळी जेव्हा ते त्यांच्या खास मैत्रिणीबरोबर बाहेर फिरायला जात असत तेव्हा माझ्या मोकळ्या

वेळात मी ते काम शिकून घेतले होते. त्यामुळे कुणी न सांगताच मी ते अर्धवट पडलेले काम पूर्ण केले.

पगारपत्रकाच्या तळाशी लेखापालांच्या सहीसाठी मोकळी जागा होती, जेथे त्यांना 'तपासले आणि अचूक आहे' असा शेरा देऊन सही करावयाची असे. जेव्हा ते पगारपत्रक अधिकाऱ्यांच्या हाती गेले तेव्हा त्यावर माझी सही होती – मला कोणीही ते काम किंवा ती पदवी न देता!

त्यानंतर माझी अधिक उत्तम पदोन्नती होईपर्यंत महिनोंमहिने त्यावर माझीच सही असे. मला कोणताही अधिक पगार न मिळता किंवा माझ्याकडून त्या कामाची अपेक्षा नसतानाही मी ते काम माझ्या फावल्या वेळेत शिकून घेतल्याचा मला फायदा झाला होता.''

येथे डॉ. हिल हे जरी पगारापेक्षा अधिक कामाच्या सवयीवर भर देत असले तरी पुढाकाराचे महत्त्व या विषयावरही बोलत आहेत. हे दोन्ही गुण बऱ्याचदा एकत्र नांदतात कारण सर्वोत्तम सेवा देण्याच्या प्रयत्नात तुम्ही साहजिकपणे तुमच्या जबाबदारीच्या पलीकडे जावून समस्या आणि अडचणी सोडविण्याचा प्रयत्न करता. या पाठाचा जो विषय आहे त्याची सवय लावल्याने आणि पुढाकारामुळे तुमची कौशल्ये वाढतात आणि 'ही व्यक्ती कोणतेही काम साध्य करू शकते' असा तुमच्या नावाचा गवगवा होऊ लागतो. अशा प्रसिध्दीचा फायदा हा, की तुम्हाला नवनवीन प्रकारची कामे करायला सांगितली जातील, ज्यामधून तुम्हाला स्वत:ची प्रगती साधण्याची संधी मिळू शकेल आणि त्या आव्हानांसोबत तुमच्यावर वरिष्ठांचे विशेष ध्यानही राहू शकेल. यात शंकाच नाही की हा दृष्टीकोन कवटाळताना खूप मेहनत आणि कल्पकता लागेल. आणि हेदेखील सांगणे गरजेचे आहे की तुम्ही तुमच्या मानधनापलीकडील काम केल्यान जी पारितोषिके तुम्हाला प्राप्त होतील ती तुमच्या प्रयत्नांशी सुसंगत नसतीलही. पण ध्यानी असुद्या की तुम्ही स्वत:ला वाढीव कौशल्याची देणगी देवून त्याची भरपाई करत आहात. तुम्ही 'वाढीव परताव्याचा सिध्दांत' सुध्दा लक्षात ठेवला पाहिजे. डॉ. हिल यांनी हे शिकविले आहे की चांगला अथवा वाईट, कोणताही प्रयत्न घटनांच्या साखळीला चालना देतो आणि त्याचा दूरगामी परतावा अनेक पटीनी प्राप्त होत असतो. बायबल म्हणतेच ना – 'पेरते ते उगवते.'

तुम्हाला जितका मेहनताना मिळतो त्याहून अधिक सेवा दिल्याने तुम्हाला 'वाढीव परताव्याच्या सिध्दांताचा' फायदा मिळतो. ज्यायोगे, कोणत्या न कोणत्या प्रकारे, अखेरीस तुम्हाला तुम्ही दिलेल्या सेवेच्या अधिक प्रमाणात मेहनताना प्राप्त होईलच!

ही काही कपोलकल्पित गोष्ट नाही. अनेक व्यावहारिक चाचण्यांवर ती खरी उतरली आहे. फक्त असे नका समजू की हा सिध्दांत तत्काळ परतावा देईल. तुम्ही काही काळ पगाराहून अधिक सेवा द्याल आणि त्यामुळे काही मिळत नाही असे पाहून तुमच्या जुन्या, बेतास बात काम करण्याच्या सवयीकडे परताल, तर परिणाम तुम्हाला फायदेशीर ठरणार नाहीत. त्याऐवजी या सवयीला तुमच्या जीवनाचा हिस्सा बनवा आणि पहा. लवकरच सर्वजण जाणतील की तुम्ही अपघात म्हणून नव्हे, तर 'सहेतुक आणि स्वेच्छेने' तसे वागत आहात आणि लवकरच तुमची सेवा प्राप्त करण्यासाठी चढाओढ लागेल.

अशा प्रकारची सेवा देणारी फार माणसे तुम्हाला आढळणार नाहीत आणि ते चांगलेच आहे. कारण त्यामुळे तुमचे वेगळेपण ठसठशीतपणे उठून दिसेल. वैधर्म्य हा एक उत्तम नियम आहे आणि तुम्हाला त्यापासून फायदाच होईल.

'पी हळद नी हो गोरी' असे घडत नाही

जर मेहनतान्यापेक्षा अधिक काम करण्याची तुम्ही सवय केली नसेल; किंबहुना कमीतकमी काम करण्याची कला तुम्ही अंगी बानलेली असेल तर वरील बदलामुळे तुम्हाला तुमच्या जुन्या आणि नव्या रुपात, स्वत:लाच प्रचंड विरोधाभास आढळेल. हा खूप मौल्यवान बदल आहे. परंतु जर इतर मंडळी तुमच्या या नव्या दृष्टीकोनावर विश्वास ठेवण्यास उशीर लावत असतील, तर निराश होऊ नका. त्या काळात देखील 'वाढीव परताव्याच्या सिध्दांताने' तुमच्या प्रयत्नांना थोडेफार तरी फळ मिळत राहील. आळशीपणाचा इतिहास पुसून टाकण्यासाठी चांगुलपणा खूप उदाहरणांनी सिध्द व्हावा लागतो. परंतु प्रकाशझोत तुमच्यावर नसतानाच्या त्या काळात देखील, तुमची कौशल्ये सतत वाढत असल्याने आणि नवनवीन गोष्टी तुम्ही शिकत असल्याने, तुम्हाला फायदाच होत राहतो. आणि सर्वात मोठा फायदा हा की यशाच्या तत्त्वाप्रती

निष्ठा पणाला लावणे तुम्ही शिकत असता.

शंकेखोर स्वभाव असे सुचवेल की मेहनतान्यापेक्षा अधिक काम करण्याची सवय म्हणजे स्वत:ला थकवून टाकण्याचा राजमार्ग. अहो स्वत:चा वेळ आणि शक्ती स्वत:साठी खर्च कराल की इतरांसाठी? हे जग 'बळी तो कान पिळी' चे जग आहे, मग येथे फक्त सर्वात बलवान आणि तंदुरुस्त व्यक्तीच तर टिकणार!

खरे तर तसे नाही. आपण अशा समाजात राहतो जेथे लोक त्यांच्यापाशी असलेल्या वस्तूंचा आणि सेवांचा, त्यांच्यापाशी नसलेल्या वस्तू आणि सेवांसाठी व्यवहार करतात. जी मंडळी अगदी कडक घासाघीस करतात त्यांना भले वाटो की ते सर्वाधिक फायदा मिळवत आहेत; पण लवकरच त्यांच्या ध्यानी येईल की फार कमी मंडळींना त्यांच्याबरोबर व्यवहार करण्यात स्वारस्य असते. ज्या व्यापाऱ्यांना व्यवसाय वाढवायचा असतो ते त्यांच्या ग्राहकांना असे पटवून देतात की त्यांना काहीतरी असामान्य गोष्ट प्राप्त होत आहे. असे ग्राहक त्यांच्याकडे परत येतात.

तुमचे आयुष्यात कोणतेही उद्दिष्ट्य असो, इतर सर्व जग तुमची बाजारपेठ आहे. जरी तुम्ही काहीही विकत नसाल तरी तुम्हाला इतरांकडून सहकार्य, ध्यान आणि मदत लागत असते. आणि हे सर्व मिळविण्याचा राजमार्ग म्हणजे तुम्हाला जेवढे मिळते त्याहून अधिक परतावा द्या.

यशस्वी व्यक्तिंच्या आयुष्याचा काळजीपूर्वक अभ्यास केला तर असे आढळते की या एका नियमाचे श्रध्दापूर्वक आचरण केल्याने त्यांना अशी फळे प्राप्त झालेली आहेत की ज्यामध्ये यश अगणित प्रमाणात मोजले जाते. या तत्त्वज्ञानाच्या लेखकाला जर कोणी विचारले की यशाच्या सतरा तत्त्वामधून सर्वाधिक महत्त्वाचे तत्त्व निवडा, तर क्षणाचाही विलंब न लावता तो 'मेहनतान्यापेक्षा अधिक सेवा आणि अधिक चांगली सेवा' या तत्त्वाची डोळे झाकून निवड करील!

पाठ दहा

आल्हाददायक व्यक्तिमत्त्व

सारांश

यशाच्या मार्गामधील अनेक अडचणींवरील एक रामबाण उपाय म्हणजे तुमच्या विषयी इतरांच्या मनामध्ये चांगले मत निर्माण करणे आणि टिकविणे. याचा असाही अर्थ घेता येईल की लोकांमध्ये विद्वेषाची भावना कमी करणे अथवा सहकाराची भावना निर्माण करणे; मग त्यांना तुम्ही नुकतेच ओळखू लागलेला असाल किंवा कित्येक वर्षांपासून त्यांना ओळखत असाल.

जगाला तुमचे आल्हाददायक व्यक्तिमत्त्व सादर करण्याविषयी पुस्तकेच्या पुस्तके लिहिली गेलेली आहेत. या कल्पनेचे महत्त्व उमजाणारे डॉ. हिल हे काही पहिलेच असामी नव्हते. चौदाव्या शतकापासून अनेक लेखकांनी यशप्राप्तीची अभिलाषा बाळगणाऱ्या माणसांनी स्वत:ला कसे सादर करावे यावर सल्ले दिलेले आहेत. परंतु 'मर्म यशाच्या सिध्दांताचे' या पुस्तकामध्ये डॉ. हिल यांनी केवळ फसव्या, दर्शनी वागण्यापेक्षा मुलभूतरित्या उत्तम कसे वागावे, यावर संक्षिप्त परंतु अत्यंत स्पष्ट पाठ्यक्रम सांगितला आहे. त्यांचा सल्ला वापरल्याने तुम्ही स्वत:मध्ये अशाप्रकारे परिवर्तन करू शकता की त्यामुळे तुमचे उत्तम गुणधर्म लोकांपुढे मांडले जाऊ शकतील आणि त्याद्वारे तुम्ही त्यांना प्रभावित करू शकाल.

पाठ्यांश

अनेक पातळींवर, डॉ. हिल यांचे व्यक्तिमत्त्व अतिशय उत्तमरित्या लोकांच्या

मनात नोंदले जात असे. नागरिकांच्या एका गटासमोर भाषण देण्यासाठी जेव्हा त्यांना शिकागो शहरात आमंत्रित करण्यात आले होते, तेव्हा ते रिटायर झाले होते. परंतु तेव्हाही, त्यांचे भाषण संपताच शहरामधील एक प्रसिध्द उद्योगपती त्यांच्याजवळ आले आणि त्यांनी डॉ. हिल यांच्या कल्पनेने प्रेरित होऊन त्यांच्या तत्त्वज्ञानाचा प्रसार करण्यासाठी एक योजना त्यांच्यासमोर सादर केली.

'कम्बाईन इन्शुरन्स' कंपनीचे संस्थापक अध्यक्ष डब्लू क्लेमंट स्टोन यांच्यासाठी ही एक मोठी बांधिलकी होती. श्री. स्टोन हे डॉ. हिल यांच्या कल्पनाशी सुपरिचित होते आणि त्यांच्या कल्पनांचा वापर त्यांनी आपल्या विक्रेत्यांच्या प्रशिक्षणासाठी उत्तमरित्या केलेला होता. परंतु आपल्या एका सादरीकरणामध्ये डॉ. हिल यांनी जो परिणाम साधला तो इतका प्रभावी होता की श्री. स्टोन यांना हे कळून चुकले की या लेखकाला आपल्या बरोबरीने कामास घेतलेच पाहिजे. श्री. स्टोन यांच्या व्यक्तिमत्त्वामध्ये असे काहीतरी होते की वयाची साठी गाठलेल्या आणि निवृत्त होऊन आपल्या कष्टांची फळे चाखाण्याच्या विचारात असणाऱ्या डॉ. हिल यांनी ताबडतोब होकार भरला.

आल्हाददायक व्यक्तिमत्त्वाने अगदी चमत्कार होतात असे नाही. जर डॉ. हिल यांनी सिध्द होईल असे तत्त्वज्ञान निर्मिलेले नसते आणि श्री. स्टोन यांनी त्या कल्पनांचा कस स्वत: वापरून पारखला नसता तर या दोन महान व्यक्ती उत्साहपूर्ण सहयोगाच्या मार्गावर बरोबरीने चालू पडल्या नसत्या. परंतु त्याचबरोबर हेदेखील खरे आहे की या दोनही व्यक्तींपाशी एक-दुसऱ्यावर श्रध्दा आणि विश्वास जागवण्यासारखी व्यक्तिमत्त्वे नसती, तर श्री. स्टोन यांनी संसाधनांची बांधिलकी दाखवली नसती आणि डॉ. हिल यांनी त्यांच्याबाजूने वेळ तसेच ऊर्जा खर्च करणे श्रेयस्कर समजले नसते.

आल्हाददायी व्यक्तिमत्त्वाच्या निर्मितीसाठी डॉ. हिल यांनी अनेक बारकावे सांगितलेले आहेत :

आल्हाददायी व्यक्तिमत्त्व म्हणजे असे व्यक्तिमत्त्व जे शत्रुत्त्वभाव जागवत नाही. व्यक्तिमत्त्व एका शब्दात किवा अर्ध्या डझन शब्दांत वर्णिता येत नाही कारण माणसाच्या चांगल्या आणि वाईट अशा सर्वच गुणांचा तो एकत्र परिपाक असतो.

तुमचे व्यक्तिमत्त्व इतरांहून पूर्णत: भिन्न असते. भावना, गुणधर्म,

पेहराव इत्यादी अनेक वैशिष्ट्यांच्या सम्मिलनातून, ते तुमचे पृथ्वीवरील इतर माणसांपेक्षा वेगळे असे अस्तित्व दर्शविते.

तुमचे कपडे हे तुमच्या व्यक्तिमत्त्वाचा अविभाज्य भाग आहेत; ज्या पध्दतीने तुम्ही ते परिधान करता, जी सुसंगत रंगसंगती तुम्ही निवडता, त्यांची गुणवत्ता आणि इतर अशा अनेक गोष्टी तुमचे वेगळे व्यक्तिमत्त्व दाखवत असतात. मानसशास्त्रज्ञ तर असे म्हणतात की माणसाला निवडीचे पूर्ण स्वातंत्र्य देवून कपड्यांच्या दुकानात मोकळे सोडले तर तो जी निवड करेल त्याच्या आधारे, त्या माणसाच्या महत्त्वाच्या गुणांचे अचूक विश्लेषण करता येते.

तुमच्या चेहऱ्यावरील भाव, रेषा किंवा रेषांचा अभाव, हेदेखील व्यक्तिमत्त्वाचा महत्त्वाचा हिस्सा आहेत. तुमचा आवाज, त्याची पट्टी, हेल, ध्वनिमान या गोष्टी देखील तुमची अभिजातता किंवा तिचा अभाव, ताबडतोब दाखवितात.

ज्या पध्दतीने तुम्ही हस्तांदोलन करता तोसुध्दा तुमच्या व्यक्तिमत्त्वाचा अविभाज्य भाग आहे. हस्तांदोलन करताना जर तुम्ही जणू हाडांचा आणि मांसाचा तुकडा, लेच्यापेच्या आणि मरगळलेल्या पध्दतीने, थंडपणे धरत असाल तर तुमचे व्यक्तिमत्त्व उत्साह आणि पुढाकार विरहित असल्याचा तो पुरावा आहे.

आल्हाददायी व्यक्तिमत्त्व अशा माणसामध्ये आढळून येते, जो शांतपणे आणि मधुरपणे बोलतो, संभाषण करताना दुसरी व्यक्ती दुखावणार नाही असे शब्द काळजीपूर्वक निवडतो, नम्रपणे संवाद साधतो; सुसंगत अशा रंगसंगतीच्या कपड्यांची निवड करतो; जो स्वार्थी नसतो आणि इतरांना मदत करण्याची केवळ इच्छाच धरत नाही तर तशी कृती करतो, ज्याचे सर्व मानवजातीशी मैत्र जुळलेले असते – मग ते गरीब असोत वा श्रीमंत, किंवा मग ते कोणत्याही राजकीय विचारसरणीचे, धर्माचे, व्यवसायाचे असोत; जो इतरांशी, कारणाने अथवा कारणाशिवाय, कटू वचन बोलत नाही; जो राजकारण अथवा धर्म या वादपूर्ण विषयावर अभिरूचीहीन बोलणे किंवा निरर्थक वादविवाद

करणे टाळतो; जो इतरांमध्ये चांगल्या आणि वाईट अशा दोन्ही बाजू पाहतो – पण वाईट बाजूकडे दुर्लक्ष करतो; जो इतरांना सुधारण्याचा किंवा त्यांच्यावर टीका करण्याचा मक्ता घेत नाही; जो सदैव हसतमुख असतो; ज्याला संगीत आणि लहान मुले प्रिय आहेत; जो संकटात असणाऱ्यांसाठी करुणामय दृष्टीकोन ठेवतो आणि निर्दयी कृत्यांना क्षमा करतो; जोवर दुसऱ्या कोणाला त्रास होणार नाही तोवर तो इतरांना त्यांच्या मर्जीनुसार वागण्याचे स्वातंत्र्य देतो; जो प्रत्येक विचार आणि कृतीमध्ये विधायक वागतो आणि जो इतरांना त्यांनी निवडलेल्या क्षेत्रामध्ये यशस्वी होण्यासाठी प्रोत्साहन देतो.

काय स्तिमित करणारी यादी आहे ही! तुम्हाला इतरांमधील कोणत्या गुणांचा आदर वाटतो याचा विचार केलात तर तुम्हीसुध्दा या यादीमध्ये भर घालू शकता. या यादीमधील प्रत्येक घटक अंगी बाणण्याचा तुम्ही प्रयत्न केला पाहिजे; जरी डॉ. हिल सांगतात की प्रत्येक व्यक्तिमत्व वेगळे असते, तरीही! हे सर्व गुण आपल्या वर्तणुकीत अंतर्भूत करण्याचा प्रयत्न खूप कठीण आहे, हेही खरेच.

व्यक्तिमत्त्व विकास

नशिबाची गोष्ट ही, की डॉ. हिल यांच्या विविध पाठांचा जसजसा तुम्ही अभ्यास करू लागाल आणि ते आचरणात आणू लागाल, तसतश्या यामधील अनेक गुणांचा प्रभाव तुमच्या वर्तणुकीत दिसू लागेल. उत्साह तुमच्या चेहऱ्यावर हास्याची लकेर फुलवितो, पुढाकाराने तुमचे हस्तांदोलन घट्ट होते आणि मेहनतान्यापेक्षा अधिक काम केल्याने तुमच्यात सेवाभावी वृत्ती निर्माण होते. पुढील पाठांमध्ये तुम्ही पहालच की गोल्डन रूल्सच्या वापराने सहिष्णुता वाढते, अपयशामधील फायद्याने (आणि काही वेळा अपयश अनुभवल्याने) अनुकंपा वृध्दिंगत होते आणि अचूक विचारसरणीने तुमचे शब्दभांडार वाढते तसेच तुमचे संभाषण परिणामकारक होते.

आणि हे सर्व तुमच्या भल्याचे आहे. आल्हाददायी व्यक्तिमत्त्व हे तुमच्या अंतर्गत गुणांवर आधारित असले पाहिजे. त्यामधील महत्त्वाचे घटक जर तुमच्या मूळ स्वभावाचा भाग नसतील तर दिखावा करता करता तुम्ही वेडे व्हाल. तर मग, तुमच्या व्यक्तिमत्त्वामधील एखादे वैगुण्य कसे बरे सुधाराल?

यातील ग्यानबाची मेख अशी आहे की इच्छित गुण तुमच्यात आहेत असे गृहीत धरून कृती करा. कदाचित हे ढोंग वाटेल, पण ते तसे नाही – कारण तुमचा मूळ उद्देश तो गुण अंगी बाणणे असा आहे. काही लोक याला कुतर्क मानतील, पण अशा माणसाचा विचार करा ज्याचे शब्दभांडार मर्यादित आहे. जर त्याने नवे शब्द शिकून ते वापरण्याचा प्रयत्न केला तर त्यात काय बरे दोष आहे? त्याचप्रमाणे जर तुम्ही आधी तुसड्या स्वभावाचे असाल आणि नंतर तुम्ही इतरांना सन्मानाने वागविण्याचा मनापासून प्रयत्न केलात, तर कोण बरे या सुधारणेबद्दल तक्रार करेल? एखादा चिंतातूर जंतू तुम्हाला ढोंगी समजेल, परंतु जर तुम्ही सतत चांगले वागण्याचा प्रयत्न केलात तर तो तुमच्या स्वभावाचा हिस्साच बनून जाईल – जसा तुसडेपणा आधी तुमच्या स्वभावाचा भाग होता!

आल्हाददायी व्यक्तिमत्त्वाचा प्रत्येक पैलू म्हणजे दुसरे तिसरे काहीही नसून सवयीचा भाग आहे. आणि इतर सर्वच सवयींप्रमाणे, हे पैलू देखील स्वयं–पुनरावर्ती असतात. वारंवार तक्रार करा आणि तुमच्या तक्रारींचा पाढा वाढतच जाईल. नव्या सवयी शिकण्यासाठी शिस्त लागते खरी, पण यशाची तत्वे अंगिकारताना ती तर तुम्ही स्वीकारतच आहात!

आल्हाददायी व्यक्तिमत्त्व घडविताना स्व–नियंत्रण वापरणे गरजेचे आहे कारण अनेक घटना आणि मंडळी तुमच्या धीराची परीक्षा घेतील आणि आनंदी होण्याच्या तुमच्या मनसुब्यांना चक्काचूर करण्याचा प्रयत्न करतील. परंतु तरीही यामधून तावून सुलाखून बाहेर पडल्यावर मिळणारे प्रतिफळ मात्र पात्र आहे कारण ज्या व्यक्तीपाशी आल्हाददायी व्यक्तिमत्त्व आहे ती व्यक्ती तिच्या आजूबाजूच्या असंख्य व्यक्तिंमधून इतकी उठून दिसते की त्यामुळे त्या व्यक्तीचे वेगळेपण अधिकच अधोरेखित होते.

यशाचे तुमचे स्वप्न कदाचित स्वातंत्र्य आणि अभिव्यक्तीची मोकळीक यावर आधारित असेल. जर तुम्ही मुळातच स्वतंत्र विचारांचे असाल तर आल्हाददायी व्यक्तिमत्त्व अंगीकारणे तुम्हाला कदाचित एक पाऊल मागे घेण्यासारखे वाटेल. पण ते तसे नाही. तुम्हाला आयुष्यात काहीही मिळवायचे असो, इतरांच्या सदिच्छा आणि मदत तुम्हाला सदैव लागत राहील. चांगल्या भावनेला प्रोत्साहन देणाऱ्या सवयी अंगीकारण्याने तुम्ही मागे पडणार नाही, कारण स्वतःमध्ये आल्हाददायी

व्यक्तीमत्त्वाची रुजुवात केल्याने तुम्ही स्वत:ला अनेक कौशल्यांनी युक्त करीत असता – उत्साह, पुढाकार, अचूक विचारसरणी, सहकाराचा पुरस्कार आणि सहिष्णुता इत्यादी गुण, जे कोणालाही यशासाठी अत्यंत आवश्यक आहेत.

आल्हाददायी व्यक्तिमत्त्व म्हणजे दिखाऊपणा किंवा गवाक्ष–शोभन नव्हे. प्रत्येकाला आवश्यक असा दृष्टीकोन आणि सवयी आत्मसात करण्यानेच केवळ ते प्राप्त करता येते. तुम्ही तुमच्या नव्याने घडविलेल्या व्यक्तीमत्त्वात हरवून जाणार नाही – उलट, तुम्ही स्वत:ची नवीन व्याख्या करू शकाल – एक यशस्वी व्यक्ती म्हणून तुम्हाला नेमके काय आणि कोण व्हायचे आहे!

पाठ अकरा

अचूक विचारसरणी

सारांश

यशाची प्रत्येक योजना बदलणारी असते; तुम्ही करीत असलेली प्रगती, तुम्ही अनुभवलेले पराजय आणि जगभरातून तुम्हाला सतत प्राप्त होत असलेली नवनवीन माहिती या सर्व गोष्टीना ध्यानी घ्यावे लागते. प्रगतीची गणना करण्यासाठी, अपयशाचे विश्लेषण करण्यासाठी आणि अकल्पित अडचणीवर मात करण्यासाठी तुम्हाला 'अचूक विचारसरणी' अंगीकारावी लागते.

बाळबोध विश्लेषणामुळे वेळ, पैसा, आनंद आणि संधीची हानी होऊ शकते. तुम्हाला सतत चेतनेचे भरते देणाऱ्या गोष्टींचे विश्लेषण करण्याचे कौशल्य सततच्या प्रयत्नानेच वाढते. अचूक निदानावर पोहोचण्यासाठी बौध्दिक आणि कधीकधी शारीरिक कष्टांचा कस लागतो, पण ते कष्ट भरून पावतात.

पाठ्यांश

नेहमीप्रमाणेच डॉ. हिल आपल्या संकल्पना स्पष्ट शब्दांत मांडतात :

अचूक विचारसरणीची कला शिकणे फार कठीण नसले तरी त्यासाठी काही निश्चित नियम मात्र पाळावेच लागतात. अचूक विचार करण्यासाठी कमीतकमी दोन मुलभूत तत्वांचे पालन करणे गरजेचे आहे :

१. फक्त माहिती आणि 'तथ्य' यामध्ये फरक करणे

२. 'तथ्य' निश्चित केल्यावर त्यांचे दोन विभागांत वर्गीकरण करणे – एक, महत्त्वपूर्ण आणि दुसरे, अनावश्यक किंवा 'अप्रस्तुत'.

साहजिकच मनात येणारा पहिला प्रश्न म्हणजे 'महत्त्वपूर्ण तथ्य म्हणजे काय?' आणि त्याचे उत्तर आहे – महत्त्वपूर्ण तथ्य म्हणजे असे तथ्य जे एखाद्याच्या निश्चित मुख्य उद्दिष्टाच्या प्राप्तीसाठी आवश्यक असते किंवा त्याच्या दैनंदिन व्यवसायासाठी उपयुक्त असते. बाकी तथ्ये कितीही उपयुक्त आणि रसपूर्ण असली तरी त्या माणसाच्या दृष्टीने कमी महत्त्वाची असतात.

जोवर एखाद्या विषयासंबंधीची सारी तथ्ये विवेकाच्या कसोटीवर आपण पारखून पहात नाही तोवर त्या विषयावर मत असण्याचा अधिकार आपल्याला प्राप्त होत नाही. परंतु हे सत्य असले तरी जगातील प्रत्येक माणसाचे जवळजवळ प्रत्येक विषयावर आपले मत असतेच; मग ते त्या विषयाशी परिचित असोत वा नसोत आणि त्या विषयासंबंधी सारी तथ्ये त्यांच्यापाशी असोत वा नसोत.

हा शेवटचा परिच्छेद खूप विस्तृत आहे आणि कदाचित तुम्हाला त्यातील संकल्पना असंयमी वाटण्याची शक्यता आहे. 'आम्ही मुक्त राष्ट्रात राहतो', कोणी म्हणेल, 'आम्हाला मत मांडण्याचा हक्क आहे. कोणतेही मत मांडण्याचा हक्क! अगदी एकाच विषयावर अनेक मते असण्याचा हक्क सुध्दा!'

पण डॉ. हिल हिरीरीने जे लिहितात त्यामागे त्यांचा उद्देश टीका करण्याचा नसून सावध करण्याचा आहे. कारण, एखाद्या विषयावरील तुमचे स्वत:चे मत आणि तुमच्या अवतीभवती मुक्तपणे मांडली जाणारी त्या विषयावरील अनेक मते, यांच्या गोंधळातून कसलाच ठोस पाया नसलेले मत निर्माण होण्याचा धोका संभवतो.

चुटकीसरशी व्यक्त होणारे निवाडे आणि केवळ अंदाज, अटकळी, तर्क यातून निर्माण होणारी, 'अभिप्राय' म्हणण्यास योग्य नसलेली मते कवडीमोल असतात; 'त्यांच्या प्रचंड पसाऱ्यातून एकही कल्पना निष्पन्न होत नाही.' कोणत्याही निर्णयाप्रत पोहोचण्याआधी किंवा

अभिप्राय बनविण्याआधी, त्याविषयीची थोडयाशा प्रयत्नाने साध्य होऊ शकणारी तथ्ये प्राप्त करण्याचा आग्रह धरून, कोणीही व्यक्ती अचूक विचारवंत बनू शकते.

जेव्हा एखादी व्यक्ती आपल्या प्रवचनाची सुरुवात, 'या विषयी मी अमुक–तमुक ऐकले आहे' किंवा 'अमुक–तमुक व्यक्तीने असे केले आहे, असे मी वृत्तपत्रात वाचले' अशी करते तेव्हा ती व्यक्ती 'अचूक विचारवंत' नाही असे तुम्ही ठरवू शकता आणि तिची मते, अंदाज, विधाने आणि अटकळी यात फारसे तथ्य नसावे हे समजून जाऊ शकता.

ज्याला आधार नाही अशा अभिप्रायाच्या आहारी जाण्यामधील सर्वात मोठा धोका म्हणजे, अर्थातच, तो असत्य असू शकतो. तुम्हाला त्याचा फायदा शून्य. तरीही अशी मते घातकरित्या प्रचलित असतात आणि अशा मतांच्या आक्रमणापासून वाचणे कठीणच असते. ड्रायव्हर, ऑफिसमधील सहकारी, विक्रेते, दुकानदार आणि अशा अनेक मंडळींना तुम्हाला काहीतरी सांगावयाचे असते. पण असे सर्व आपण जे ऐकतो त्याच्या आधारावर निर्णय घेणे फार मुश्कील असते.

हे साहजिकच नाही का? कदाचित होय, पण जगातील अशा प्रवाही मतांनी एक सामाजिक मन तयार होत असते जे दिवसभरात तुमच्यावर परिणाम करत असते. आपण जे ऐकतो आणि वाचतो त्याचे निरक्षीरविवेकबुध्दीने विश्लेषण केले नाही तर ऐकीव ज्ञानाचा आरसा बनण्याचा धोका आपणास संभवतो. 'जैसे–थे' परिस्थितीमध्ये तुम्ही यशाची योजना कार्यान्वित करू शकत नाही. ती परिस्थिती तुम्ही बदललीच पाहिजे आणि तसे करण्यासाठी कळपाच्या मानसिकतेमधील चुका शोधणे तुम्हाला शक्य झाले पाहिजे.

प्रस्थापित संगणक कंपन्यांना ग्राहकांना जे हवे ते नक्की समजते हे गृहीतक स्वीकारले असते तर मायकल डेल कसा यशस्वी झाला असता? वेगळ्या अमेरिकेचे स्वप्न पाहण्याची आस डॉ. मार्टीन लुथर किंग यांना लागली नसती तर त्यांनी काय कमावले असते? सामान्य गृहीतकांना आव्हान देण्याची इच्छा पाश्चर आणि जेन्नर सारख्यांनी दाखवली नसती तर आज वैद्यकशास्त्र कोठे असते? प्रस्थापित त्रुटीयुक्त कल्पनांना आव्हान देवून आईन्स्टाइन, पिकासो आणि फ्रांक लॉईड राईट महानतेला पोहोचले. तुम्हीही पोहोचाल.

पण त्यासाठी काही किंमत मोजावी लागेल!

परीशुध्दता कधीच विनामूल्य मिळत नाही

'तथ्ये' संकलित करण्यासाठी खूप मेहनत आवश्यक असल्याने फार थोडी माणसे आपले अभिप्राय बनविण्याआधी तथ्ये गोळा करण्याचा अट्टाहास धरतात.

अधिक यशस्वी बनण्यासाठी तुम्ही बहुदा हे तत्त्व पाळत असाल असे समजूया. आणि जर हे सत्य असेल तर, विचार आणि वेळ खर्च करून, तथ्य संकलित करण्याच्या फंदात न पडणाऱ्या सामान्य माणसांच्या कळपापासून तुम्ही खूप दूर राहिले पाहिजे. यासाठी प्रयत्नांची पराकाष्ठा करावी लागते हे मान्य. पण हे ध्यानी असुदेत की यश काही झाडाला लागत नाही, की कुणीही कधीही यावे आणि तोडून घेऊन जावे! ते स्वयंभू असते. चिकाटी, त्याग, जिद्द आणि शुध्द चारित्र्य यांचा मूर्तिमंत अविष्कार म्हणजे यश!

प्रत्येक वस्तूची एक किंमत असते आणि ती मोजल्याशिवाय, ती वस्तू काही प्राप्त होऊ शकत नाही; किंवा असे म्हणू की किंमत अदा केल्याशिवाय मिळणारी गोष्ट तुमच्यापाशी चिरकाल टिकणार नाही. अचूक विचारसरणीची किंमत ही की ज्या आधारे आपले विचार घडवायचे, त्या तथ्यांच्या संकलनासाठी आणि वर्गीकरणासाठी मेहनत खर्च करणे.

हे शब्द तुम्हाला भयभीत करत असतील तर लक्षात ठेवा की तुमच्यासाठी जे महत्त्वाचे आहे, फक्त त्यासाठी ते उपयोज्य आहेत. निश्चित मुख्य उद्दिष्टाच्या प्राप्तीसाठी ज्या हिवेने तुम्ही काम कराल त्याच पध्दतीने प्रत्येक विषयावर काम करण्याची गरज नाही. जर तुमच्या उद्दिष्टासाठी ते आवश्यक नसेल तर इतिहासातील मोठ्या प्रश्नांसाठी किंवा देशाला भेडसावणाऱ्या समस्यांवर अभिप्राय असण्याची तुम्हाला काहीच आवश्यकता नाही. प्रत्येक प्रश्नासंबंधीची तथ्ये गोळा करण्याच्या प्रयत्नांत अवघे आयुष्य व्यतीत करता येईल. म्हणूनच तुमच्या मुख्य उद्दिष्टाशी संबंधित बाबींवरच लक्ष केंद्रित करा.

यावरून मिळणारी सूचना हीच की पुढल्या वेळी जेव्हा तुमचा शेजारी स्थानिक राजकारणाच्या शर्यतीविषयी चर्चेचे गुऱ्हाळ सुरु करेल तेव्हा तुमचा 'अभिप्राय' देण्याआधी पूर्ण विचार करा. अचूक विचारसरणीची सवय लागली की ती मोडणे खूप कठीण असते आणि गृहीतकांना पुन्हापुन्हा तपासण्यामधून उत्तम स्वयं-शिक्षण घडते. अचूक विचारवंत जुन्या कल्पना अडगळीत काढून आपल्याला उपयुक्त अशा नव्या कल्पनांची सदैव कास धरतो.

या विषयावरील चर्चा संपूर्ण करताना डॉ. हिल एक उदाहरण देतात. पुन्हा एकदा ते सामान्य पेट्रोल पंपाच्या उदाहरणाकडे वळतात :

पेट्रोल पंपांच्या साखळीच्या एका व्यवस्थापकाने नवीन लागलेल्या विक्रेत्याला विचारले, ''या पंपावरून दररोज किती वाहने जातात?'', 'आणि कोणत्या दिवशी रहदारी सर्वाधिक असते?'

'माझे मत असे आहे....' विक्रेत्याने सुरूवात केली..

'तुझे मत नको'... व्यवस्थापक त्याचे वाक्य तोडीत म्हणाले.., 'मी तुला जे विचारले त्याचे उत्तर आकड्यांवर आधारित दे. जेव्हा तथ्य शोधता येते तेव्हा अभिप्रायाला काहीच महत्त्व नसते.'

खिशातील गणक-यंत्र काढून नव्या विक्रेत्याने मोजदाद सुरू केली. एक पाऊल पुढे जाऊन त्याने जेवढी वाहने तेथे थांबून सामान भरून घेतात त्यांचाही हिशेब ठेवण्यास सुरूवात केली. रविवार धरून त्याने दोन आठवड्यांची आकडेवारी गोळा केली.

तो तेथेच थांबला नाही. पुढील दोन आठवड्यांमध्ये किती वाहनांनी तेथे थांबून सामान भरून घेतले पाहिजे याचा अंदाजही त्याने तयार केला. त्याही पुढे जावून त्याने अशी योजना तयार केली ज्यामध्ये प्रत्येक वाहनचालकामागे एक पैशाचे पोस्टकार्ड खर्च करून त्याने सेवेसाठी त्याच्या पेट्रोल पंपावर थांबणाऱ्या वाहनांची संख्या वाढविली. त्याच्या कामाचा हा हिस्सा नव्हता खरा, पण व्यवस्थापकाने विचारलेल्या प्रश्नाने त्याच्या विचारांना चालना मिळाली आणि त्या घटनेपासून फायदा करून घेण्याचे त्याने मनात ठरविले.

तो तरुण मुलगा आता त्याच्या स्वत:च्या पेट्रोल पंपाच्या साखळीचा अर्धा मालक आहे आणि भरपूर श्रीमंत झाला आहे – आणि या सर्वाचे मूळ त्याच्या 'अचूक विचारवंत' होण्याच्या कुवतीमध्ये आहे.

संधी प्रत्येकाच्या दृष्टीस पडत नाही, अन्यथा सर्वच यशस्वी झाले असते. विचार करणे म्हणजे काही चुका करण्यासाठी विमा नव्हे. आपले प्रयत्न कधी आणि कोठे गुंतवावेत यासाठीची ती गुरूकिल्ली आहे. एक पैशाच्या पोस्टकार्डाचे दिवस केव्हाच मागे सरले पण आयुष्याकडून काहीतरी कमावण्याची इच्छा बाळगणाऱ्या प्रत्येकासाठी 'अचूक विचारसरणी' हे अजूनही एक उत्तम आयुध आहे.

पाठ बारा

एकाग्रता

सारांश

एकाग्रता म्हणजे आपल्या निश्चित मुख्य उद्दिष्टावर लक्ष केंद्रित करणे. हा मुद्दा साहजिकच आहे असे वाटेल, पण त्यावर भर देणे अनेक कारणांसाठी आवश्यक आहे. सर्वप्रथम म्हणजे, त्यामुळे तुमची कौशल्ये आणि ज्ञान तासून धारधार करण्याची कुवत तुम्हाला प्राप्त होते आणि त्यायोगे तुम्हाला तुमच्या निश्चित मुख्य उद्दिष्टांचा पाठपुरावा करण्यास मदत होते. दुसरे म्हणजे, मास्टर माईंडचा अवलंब करण्याची आठवण त्यामुळे तुम्हाला होते कारण, फारच थोडी मंडळी सर्वत: स्वत:च्या कुवतीने यशस्वी होऊ शकतात. आणि तिसरे म्हणजे, थोडेसे यश कधीकधी धोकादायक ठरू शकते.

पाठ्यांश

पाठाचा आरंभ करताना डॉ. हिल स्पष्ट सल्ला देतात :

'एक ना धड आणि भाराभर चिंध्या' अशा परिस्थितीला काही अर्थ नाही. आयुष्य खूप गुंतागुंतीचे आहे आणि निरर्थक ऊर्जा खर्च करण्याचे अनेक मार्ग उपलब्ध असतात. म्हणूनच, यशस्वी होण्यासाठी 'केंद्रित प्रयत्न' करणे आणि त्यांना चिकटून राहणे आवश्यक असते.

संघटीत प्रयत्न किंवा उर्जेवर शक्ती आधारित असते. सर्व घटकांच्या

केंद्रीकरणाची सवय लावल्याविना उर्जेचे संघटन होणे कठीण असते. सामान्य भिंगामधून सूर्याचे किरण केंद्रित केले की निर्माण झालेली उर्जा काही क्षणांमध्ये पुठ्ठ्याला भोक पाडू शकते. केंद्रित केल्याविना तेच किरण त्याच पुठ्ठ्याला साधे गरमही करू शकणार नाहीत!

मानवी मन हे भिंगासारखे असते, कारण त्याच्या माध्यमातून मेंदूचे सारे विभाग एकत्र येऊन, समन्वयाने कार्य करू शकतात – ज्याप्रकारे त्या भिंगामधून सूर्यकिरण एका बिंदूवर केंद्रित केले जावू शकतात.

हे गांभीर्याने नोंदण्याजोगे आहे की कोणत्याही क्षेत्रातील यशस्वी व्यक्ती ही तिच्या निश्चित लक्ष्यावर, उद्दिष्टावर किंवा मुख्य हेतूवर बहुतांश विचार आणि प्रयत्न केंद्रित केल्याविना यशस्वी झालेली नाही.

डॉ. हिल तत्पश्चात यशस्वी व्यक्तींची मोठी यादी सांगतात. त्यातील अनेक नावे आजही तितकीच प्रसिध्द आहेत. हेन्री फोर्ड, रीन्ली, एडिसन, जॉर्ज इस्टमन (इस्टमन कोडॅक), कार्नेजी, ओर्वील राइट, मार्कोनी, वूड्रो विल्सन, जॉन रॉकफेलर, अब्राहम लिंकन आणि विल्यम रंडोल्फ हर्स्ट.

आपल्या वाचकांना डॉ. हिल हे सांगू इच्छित होते की क्षेत्र कोणतेही असो – उद्योग, व्यवसाय किंवा राजकारण; काहीही लक्षवेधक कामगिरी करायची असेल तर एकाग्रतेला पर्याय नाही. आधुनिक युगात ही यादी अशी दिसेल :

- ऑप्रा विन्फ्री, जिने सर्वोत्तम निवेदिका म्हणून नाव मिळविण्यावर ध्यान केंद्रित केले.
- बिल गेट्स, ज्याने विन्डोजना सर्वोत्तम संगणक प्रणाली बनविण्यासाठी प्रयत्न एकाग्र केले.
- मायकेल आईस्नर, याने डिस्ने कॉर्पोरेशनला मिडिया साम्राज्यात बदलले.
- टेड टर्नर, ज्याने एका टीव्ही स्टेशनला राष्ट्रीय जाळ्यात रुपांतरित केले.
- जेफ बेझोस, याने ॲमेझॉनला इंटरनेटच्या जाळ्यावरील नंबर एकचे विक्रेता बनविले.

- राल्फ लॉरेन, फॅशनच्या संदर्भात ज्याचे नाव घराघरात पोहोचले.
- जेम्स कॅमेरून, ज्याने टायटॅनिकला सर्वात यशस्वी सिनेमा बनविण्यावर चित्त एकाग्र केले.
- क्रेग व्हेंटर, ज्याने मानवी जीनसंचांचे मानचित्रण करण्यावर मन एकाग्र केले.
- जे. के. रोलिंग, जिने हॅरी पॉटरवर पुस्तके लिहून जगभरात चमत्कार करण्यावर चित्त एकाग्र केले.
- थॉमास केल्लर, ज्याने आपले फ्रेंच लॉन्ड्री उपहार गृह अमेरिकेमधील सर्वात आदरास प्राप्त असे उपहारगृह बनविण्यावर लक्ष केंद्रित केले.
- ओर्वील रेडेनबेकर, ज्याने लाह्यांवर काम करून त्या साध्या खाण्यामधून आपले साम्राज्य उभारण्यावर मन एकाग्र केले.

काही क्षण विचार करून तुम्ही या यादीत कितीतरी नावांची भर टाकू शकाल. बहुतांश प्रसिध्द माणसे प्रसिध्दीस पावली कारण त्यांनी त्यांचे सारे प्रयत्न, एकमेव व स्पष्ट उद्दिष्टावर एकाग्र करून, त्यापासून ते ढळले नाहीत. अर्थात अशीही अनेक प्रसिध्द मंडळी आहेत ज्यांनी एका क्षेत्रातील आपल्या यशाचा दुसऱ्या क्षेत्रात उपयोग केलेला आढळतो. रोनाल्ड रेगन, जे राजकारणात यशस्वी होण्याआधी एक सुप्रसिध्द नट होते, हे त्याचे एक उदाहरण. पण ध्यानी घ्या की ही मंडळी यशस्वी होण्यासाठी एकदा प्रशिक्षित होती आणि दुसऱ्या क्षेत्रात उतरण्याआधी त्यांनी पुन्हा श्रीगणेशा केला. अशा कोणत्या माणसाबद्दल तुम्ही ऐकले आहे, जो आपल्या क्षेत्रात यशस्वी होण्यासाठी अजूनही धडपडत आहे, परंतु दुसऱ्या कोणत्यातरी क्षेत्रात त्याने नाव कमावलेले आहे?

कमाल मर्यादेपर्यंत एकाग्रता

एकाग्रतेने प्रयत्न करणे म्हणजे तीच ती, एकमेव गोष्ट सतत करत राहणे नव्हे. ज्याप्रमाणे ऑप्रा विन्फ्री केवळ कॅमेऱ्यासमोर बोलून टॉक-शो ची सूत्रसंचालिका म्हणून प्रसिध्दीस पावलेली नाही, त्याप्रमाणे यश मिळविण्यासाठी तुम्ही अनेक आघाड्यांवर कार्यरत असले पाहिजे. पण त्याचबरोबर विन्फ्री काही कॅमेरे आणि लाईटस् ची व्यवस्था पहात किंवा आपल्या पाहुण्यांच्या प्रवासाची व्यवस्था लावण्यात

गढलेली नसते. ती आपली उर्जा आपल्या कामाशी संबंधित अशा गोष्टींवर, उदा. पाहुण्यांची निवड आणि मुलाखतीचे कौशल्य वाढवणे – यावर खर्च करीत असते आणि इतर साऱ्या कामांसाठी योग्य माणसांची निवड व नेमणूक करते.

यावरून तुमच्या लक्षात येईल की मास्टर माईंड तत्त्व एकाग्रतेसाठी किती महत्त्वाचे आहे ते. योग्य व्यक्तींची निवड केल्याने तुमच्या बलस्थानांवर लक्ष एकाग्र करण्यासाठी आणि त्यातून उत्तम परिणाम साधण्यासाठी मोकळीक मिळते. ऑप्रा विन्फ्रीला जर पाहुण्यांसाठी हॉटेलची खोली आरक्षित करण्याचे काम स्वत:च करावे लागले तर काय होईल? जरा विचार करा. तिच्याशी बोलण्यास उत्सुक असलेल्या प्रवासी एजंट्स बरोबर तिचे तासन्तास वाया जातील. काहीच उपयुक्त घडणार नाही.

मास्टर माईंड मुळे तुम्ही ज्या क्षेत्रातील कौशल्य तुमच्यापाशी नाही, त्यासाठी योग्य व्यक्तिला कामाला लावू शकता. वर्षानुवर्षाच्या प्रशिक्षणामुळे जेम्स कॅमेरून कदाचित उत्तम अभिनेता झालाही असता, पण तो आपले ध्यान केवळ निर्मिती आणि दिग्दर्शन याच क्षेत्रांत एकाग्र करतो आणि अभिनयाचे काम त्या क्षेत्रातील नावाजलेल्या मंडळींवर सोपवितो. मायकेल आइस्नेर डिस्ने फिल्म्ससाठी स्वत: चित्रे काढण्याचा आग्रह धरत नाही. राल्फ लॉरेन आपल्या जाहिरातींचे फोटो स्वत: काढत बसत नाही.

तरीही ही सर्व मंडळी, एकाग्रतेच्या वापराने, त्यांच्यासाठी इतर मंडळी जे काम करतात त्यालाही आकार देतात. फ्रेंच लॉन्ड्री या उपहारगृहातील प्रत्येक टेबलावर जाणारी डिश स्वत: थॉमास केलर बनवत नाही, परंतु स्वत:च्या समर्पित कामामुळे, प्रत्येक आचाऱ्याकडून काय अपेक्षा आहे, हे तो त्याच्यापर्यंत पोहोचवू शकतो. त्यांना हे विचारावे लागत नाही की शेफला आपल्या थाळीत हे आवडेल का? स्वयंपाकगृहातील स्वत:च्या कामामुळे केलरने जे उदाहरण घालून दिलेले असते, त्यामुळे त्यांना नेमके समजते की त्यांची काय अपेक्षा असते. यादरम्यान केलर स्वत: नवीन पदार्थ बनवत असतो आणि बाकी मंडळी केलरच्या मानदंडाबरहुकूम मदिरेचे कुंभ भरण्यात, आरक्षण घेण्यात आणि वेटर्सना प्रशिक्षित करण्यात गुंतलेली असतात.

ही सारी यशस्वी मंडळी – आपापल्या क्षेत्रात उंची गाठणाऱ्या इतर कोणत्याही माणसाप्रमाणे – 'चलता है' दृष्टीकोनाच्या पलीकडे गेलेली असतात. त्यांनी आपली उर्जा उच्च लक्ष्यावर केंद्रित केलेली असते आणि ती एकाग्रता राखून ते उद्दिष्ट्य प्राप्त केलेले असते. ही साहजिकच गरज आहे असे वाटते तरी दुर्दैवाने हे देखील सत्य आहे की थोड्या यशाने हुरळून जाण्यामुळे प्रगतीत मोठा व्यत्यय येतो. बऱ्याच मंडळीना हा

शोध लागतो की सुधारलेली पैशाची आवक आणि मित्र, कुटुंबिय आणि सहकाऱ्यांकडून मिळणारा आदर बराच सुखावह असतो. मग ते त्यातच गुंतून पडतात आणि आपल्या मोठ्या उद्दिष्टांचा त्यांना विसर पडतो.

एका उज्ज्वल प्रवासाला निघालेली मंडळी जेव्हा गोंधळून अडलेली वाटतात, तेव्हा त्यांची या पध्दतीची विचारसरणी त्याला जबाबदार असते. तोवर जे मिळविले आहे त्याबद्दल त्यांना, थोड्या काळासाठी का होईना, आनंद वाटू लागतो आणि नंतर मात्र असमाधान दाटून येते. मग कधीकधी यशाची भूक त्यांना पुन्हा एकदा खडबडून जागे करते आणि ते पुनश्च एकदा आपले प्रयत्न केंद्रित करू लागतात.

सर्वात वाईट परिणाम हा की त्यांना असे वाटू लागते की यशाच्या प्राप्तीसाठी आवश्यक असणारी सारी गमके त्यांच्यापाशी आता नाहीत आणि मग ते अपयशाच्या भावनेला दूर सारण्यासाठी फुटकळ खेळणी विकत घेवून मन दुसरीकडे वेधण्याचा प्रयत्न करू लागतात. किंवा मग ते आपले आरोग्य आणि स्वाभिमान यांच्याशी तडजोड करून वेगळे मार्ग चोखाळू लागतात. सोबत असतो तो सामान्य बडेजाव, ज्यामुळे त्यांचा आपण उद्दिष्ट्यपुर्तीच्या योग्य मार्गावर आहोत असा गैरसमज झालेला असतो.

आमचे असे म्हणणे नाही की तुम्ही तुमच्या उद्दिष्टांचे पुनरावलोकन करून नवी उद्दिष्ट्ये निर्धारित करू नयेत. अशा पुनरावलोकाची कित्येक कारणे असू शकतात. तरीही, जर तुम्ही अशी निवड केलीत तर आपण सोपी पळवाट तर निवडत नाही ना, याची मनाशी खात्री करून घ्या. मग नव्या ध्येयाची निवड जोरदार उत्साहाने करा आणि आधीच्या ध्येयावर ज्या प्रयत्नांनी लक्ष एकाग्र केले होते त्याच एकाग्रतेने नव्या उद्दिष्टावर लक्ष केंद्रित करा.

अर्थात अशी इतर अनेक माणसे असतात ज्यांच्यासाठी यश म्हणजे अजूनही एक स्वप्नच असते. आपल्या निश्चित मुख्य उद्दिष्टांचा पाठपुरावा करण्याआधी शेवटची एक गोष्ट त्यांची अजूनही करावयाची बाकी असते. पुरेसा वेळ मिळण्यासाठी मुलांची शाळा सुरू किंवा पूर्ण व्हायची असते. बचतीला प्राधान्य देण्यापूर्वी जुनी गाडी बदलायची असते. नवी नोकरी लागून पुन्हा नव्या जोमाने सुरूवात करेपर्यंत आल्हाददायी व्यक्तिमत्त्वाची त्यांना गरज भासत नसते.

अश्या व्यक्तींपैकी कोणीच एकाग्र होत नाहीत आणि म्हणूनच त्यांना जे हवे ते कधीच प्राप्त होणार नाही. तुम्हालाही नाही, तुम्ही एकाग्रतेचा ओनामा करेपर्यंत!

पाठ तेरा

सहकार्य

सारांश

'मर्म यशाच्या सिध्दांताचे' या पुस्तकात डॉ. हिल यांनी सर्वत्र इतर लोकांसमवेत काम करण्याच्या गरजेवर भर दिलेला आहे. मास्टर माईंड, उत्साह, पुढाकार आणि नेतृत्त्व तसेच आल्हाददायक व्यक्तिमत्त्व या साऱ्या पाठांमधून कार्मिक संबंधाचे महत्त्व सांगितलेले आहे. म्हणूनच यात आश्चर्य नाही की 'सहकार्य' हा विषय 'मर्म यशाच्या सिध्दांताचे' मधील एक महत्त्वाची पायरी मानलेला आहे.

सहकार्य मिळण्यासाठी प्रथम ते द्यावे लागते. सुयोग्य दृष्टीकोनाने, दूरगामी तसेच निकटगामी प्रयत्नांसाठी तुम्ही लोकांचे मन जिंकू शकता. यशाच्या इतर अनेक तत्त्वांप्रमाणे तुम्हाला असे आढळून येईल की सहकाराने थेट फायदे तर मिळतातच; पण त्याच समवेत असे इतर अनेक फायदेही मिळतात, जे तुमचे स्वप्न साकार करण्यात सहाय्यकारी ठरतात.

पाठ्यांश

ज्या युगात आपण रहात आहोत ते सहकाराचे युग आहे. व्यवसाय, उद्योग, वित्त, वाहतूक आणि राजकारण या साऱ्यांच क्षेत्रांत मिळालेले अपार यश सहकाराच्या तत्त्वावरच आधारित आहे.

व्यवसाय किंवा उद्योगाच्या विलीनीकरणाची एकतरी बातमी

पाहिल्याशिवाय एका सलग आठवड्याचे वर्तमानपत्र तुम्ही वाचू शकणार नाही. ही विलीनिकरणे किंवा मैत्रपूर्ण युती सहकाराच्या तत्त्वावर आधारित असतात कारण केवळ सहकारानेच, मानवी किंवा यांत्रिक उर्जा, सुसंवादी पध्दतीने एकत्र येते आणि कोणताही संघर्ष न होता एकरूपतेने कार्य करू लागते.

तसा काही उद्देश नसतानाही डॉ. हिल जणू भविष्यवाणीच करतात. त्यांनी हे शब्द लिहिल्याला सत्तर वर्षे उलटून गेली आणि या दरम्यान सहकाराच्या तत्त्वाला अधिकाधिक महत्त्व येत गेले. स्पर्धात्मक फायद्यासाठी विलीनिकरणे होतच राहिली. जेव्हा कंपन्या आपला एखादा विभाग वेगळा काढतात, तेव्हा त्यांचा उद्देश हाच असतो की तो विभाग मूळ उद्योगाशी सुसंगत नसल्याने कंपनीच्या इतर विभागांबरोबर सहकार्याने चालू शकत नाही. (अर्थात याला अपवाद म्हणजे जेव्हा एकाधिकारशाही निर्माण होऊ नये म्हणून सरकार हस्तक्षेप करते.)

स्वत: सरकारदेखील सहकारावर अधिकाधिक भर देत आहे; अनेक आंतरराष्ट्रीय संघटना विविध देशांच्या अनुभवाचा फायदा घेऊन परस्पर सहकार्य करीत आहेत. याच सहकार्याचा परिणाम म्हणून पहिले कायमस्वरूपी अंतराळ स्टेशन तयार होणार आहे. जगभर व्यावसायिक आणि तांत्रिक सहकारी संघटनांचे जाळे पसरलेले आहे. इंटरनेट सारख्या माध्यमातून माहितीचे आदानप्रदान आणि कृतीचे समन्वयन करणे शक्य होते. आणि इतकी प्रगती होऊन सुध्दा असे म्हणता येणार नाही की सहकार्य पूर्णतेला पोहोचले आहे. आजपासून सत्तर वर्षांनी आपणापैकी जे जिवंत असतील त्यांना आश्चर्य वाटेल की जे तुकड्या–तुकड्यांनी सध्या घडत आहे ते किती पूर्ण रूपाने तेव्हा घडत असेल!

आधुनिक जगाच्या गुंतागुंतीने सहकार्याची गरज वाढलेली आहे. ज्ञान अधिकाधिक विशेषज्ञतेकडे झुकत आहे, संसाधने मौल्यवान होत चाललेली आहेत आणि माणसाच्या कृतींचे पर्यावरणावर होणारे दुष्परिणाम जसजसे अधिक समजून येत आहेत, तसतशी सोडविण्यायोग्य अडचणींची मालिका वाढतच आहे. सहकार्य ही भविष्याची लाट आहे.

आणि भविष्यात यशस्वी होण्यासाठी – अगदी उद्या आणि पुढील सत्तर वर्षानंतरही – तुम्ही सहकार्याची प्रेरणा देणे आवश्यक आहे. सहकारी कर्मचाऱ्यांकडून, कुटुंबियांकडून, शेजाऱ्यांकडून, सरकारी अधिकाऱ्यांकडून, मीडियाकडून आणि अगदी

पेट्रोल पंपावरील त्या साध्यासुध्या मेकॅनिककडूनही सहकार्याची गरज भासेल. सहकार्यासाठी इतराना प्रेरीत करणे ही एक कला आहे आणि बाकी अनेक कलांप्रमाणे ती तांत्रिक कौशल्यावर आधारित आहे. तुम्ही हीच कला शिकत आहात.

तुमच्या असे ध्यानात येईल की इतरांकडून यथायोग्य सहकार्य मिळविण्यासाठी या पाठ्यक्रमातील याआधीचे काही सिध्दांत तुम्ही सवयीने अंमलात आणले पाहिजेत. उदा. तुम्ही 'आल्हाददायी व्यक्तिमत्त्वाचा' सिध्दांत आचरणात आणून त्यावर प्रभुत्व प्राप्त केल्याशिवाय बाकी मंडळी तुम्हाला सहकार्य करणार नाहीत. तुमच्या असेही ध्यानात येईल की उत्साह, स्वनियंत्रण आणि मेहनतान्यापेक्षा अधिक काम ही तत्त्वे आचरण्यात आणल्याविना पूर्ण सहकार्य प्राप्त करणे अवघड आहे.

ही सर्व तत्त्वे एकमेकांशी निगडीत आहेत आणि या सर्वांना 'सहकाराच्या तत्त्वात' विलीन केले पाहिजे. मतितार्थ असा की इतरांकडून सहकार्य मिळविण्यासाठी उपरोक्त तत्त्वांचा सतत सराव केला पाहिजे.

ज्याचे व्यक्तिमत्त्व आक्रमक असते त्याच्याबरोबर सहकार्य करण्यास कोणीच राजी नसते. ज्याच्यापाशी उत्साहाचा अभाव आहे किंवा जो स्वयं-नियंत्रणात मागे पडतो, त्याच्याशीही सहकार्य करण्यास कोणी तयार नसते. 'शक्ती' केवळ सुस्थापित आणि सहकार्यपूर्ण प्रयत्नांतून प्राप्त होते.

येथे हेदेखील नमूद केले पाहिजे की सहकार्य प्रेरित करण्यासाठी 'सकारात्मक दृष्टीकोन' (पिएमए) हा सुद्धा एक मौल्यवान गुण आहे. पिएमए मध्ये उत्साह तसेच स्वनियंत्रण हे दोन्ही गुण आल्हाददायी व्यक्तीमत्त्वात बेमालूम मिसळलेले असतात. 'आपण हे सध्या करू शकतो' या तुमच्या दृष्टिकोनामुळे तुमच्यासोबत कार्य करण्यास इच्छुक मंडळी आत्मविश्वासाने प्रेरित होतात. अपेक्षेपेक्षा अधिक काम करण्याच्या संधी हुडकणे सोपे जाते आणि त्यासाठी कराव्या लागणाऱ्या अधिक कष्टांसाठी स्वत:ला प्रेरित करणे तेवढेसे अवघड जात नाही कारण तुम्हाला हे ठाऊक असते की तुमच्या कष्टांना वेळेवर फळ प्राप्त होईल.

एक विलक्षण प्रस्ताव

सहकार्याची प्रेरणा कशी जागृत करता येईल याचे मार्ग दाखवताना व्यवहारी आणि उत्साही असे डॉ. हिल आपल्याला नेमकी प्रात्यक्षिके दाखवतात :

काही वर्षांमागे, एका सुप्रसिध्द स्थावर मालमत्ता (रियल इस्टेट) कंपनीच्या अध्यक्षांनी लेखकाला खालील पत्र लिहिले :

प्रिय श्री. हिल,

तुमच्या कार्याशी संबंधित विषयात ज्या परिणामकारकरित्या तुम्ही जनतेचा विश्वास संपादन करता, त्याचा मार्ग तुम्ही आम्हालाही दाखवू शकलात तर आमची कंपनी तुम्हाला १०,००० डॉलर्स रक्कम देईल.

आपला,

या पत्राला खालील उत्तर पाठविण्यात आले.

प्रिय श्री. जेबी,

तुमच्या कौतुकाबद्दल आभार आणि जरी मी तुमचा १०,००० डॉलर्सचा चेक स्विकारू शकलो असतो, तरीही याबाबतीत माझ्यापाशी जी काही माहिती आहे ती मी तुम्हाला विनामूल्य देऊ इच्छितो. इतरांकडून सहकार्य प्राप्त करण्याची माझ्यापाशी जी असाधारण कुवत आहे,ती खालील कारणांमुळे आहे असे मला वाटते :

१. मी लोकांकडून जितके मूल्य मागतो त्याहून कितीकारी अधिक सेवा मी त्यांना अदा करतो.

२. जो व्यवहार त्यामध्ये सहभागी असणाऱ्या प्रत्येकाच्या फायद्याचा असत नाही, त्याच्या भानगडीत मी पडत नाही.

३. मला जी विधाने सत्य वाटत नाहीत, ती मी कधीच करत नाही.

४. अनेकानेक लोकांना माझ्या सेवेचा लाभ मिळावा अशी निर्व्याज इच्छा माझ्या हृदयात असते.

५. पैशापेक्षा मला माणसे अधिक जवळची वाटतात.

६. माझे यशाचे तत्त्वज्ञान मी स्वत: जगण्याचा आणि ते इतरांना शिकविण्याचा आटोकाट प्रयत्न करीत असतो.

७. कोणाचेही उपकार फेडण्यासारखे नसतील तर ते मी स्विकारत नाही.

८. माझा एखाद्या गोष्टीवर अधिकार असल्याशिवाय मी ती कोणाकडूनही मागत नाही.

९. फुटकळ गोष्टींत मी कोणाशीही वितंडवाद घालत नाही.

१०. सकारात्मक विचारांचा आणि चांगल्या प्रोत्साहनाचा सूर्यप्रकाश जेथे आणि जेव्हा शक्य असेल, मी पसरवितो.

११. लोकांचा विश्वास संपादन करण्यासाठी त्यांची खोटी स्तुती मी करीत नाही.

१२. माझा सल्ला मी माफक किंमतीत लोकांना विकतो, पण फुकट मात्र कधीही नाही.

१३. यशप्राप्ती कशी करावी हे इतरांना शिकाविण्याआधी मी त्या तत्त्वज्ञानाचा माझ्यावर वापर केलेला आहे; अशाप्रकारे मी जे सांगतो ते आचरणात आणतो.

१४. ज्या कार्यात मी गुंतलो आहे त्याला मी असे वाहून घेतले आहे की माझा उत्साह संसर्गजन्य झाला असुन इतरजणं त्यामुळे प्रभावित होतात.

इतरांचा विश्वास संपादन करण्यासाठी माझ्यापाशी आणखी काही घटक आहेत अशी जर तुमची धारणा असेल, तर मला त्याची कल्पना नाही. तुमच्या पत्राने एक मजेदार प्रश्न उभा केला आणि कधी नव्हे तसे मी स्वत:चे विश्लेषण केले. याच कारणासाठी मी तुमचा धनादेश नाकारत आहे कारण तुम्ही मला जे करायला भाग पाडलेत ते त्या पैशांपेक्षा कितीतरी अधिक मौल्यवान आहे.

मन:पूर्वक,

नेपोलियन हिल.

वरील विधानांपैकी कोणतेही विधान उलट फिरवा आणि सहकार्याचा विनाश करण्याचे अनेक जलद मार्ग तुम्हाला सापडतील. जर कोणी असे म्हटले की, 'मी मला मिळणाऱ्या मेहनताऱ्यापेक्षा कमी सेवा देईन.' तर त्याला किंवा तिला तुम्ही सहकार्य कराल काय? अथवा, 'मला कोणालाच सेवा देण्याची इच्छा नाही.' असे म्हणणाऱ्याला? अर्थातच नाही! सहकार्य करताना लोक धोका पत्करतात. तुमच्यासमवेतचे त्यांचे काम वेडेवाकडे झाले, तर त्यांचा पैसा, वेळ, नाव आणि अगदी आत्मसम्मानही हरवू शकतो. कोणतेही कार्य यशस्वी होईलच अशी खात्री देता येत नाही, पण केवळ मूर्ख माणूसच अशा व्यक्तीला सहकार्य देईल जिच्याबाबत त्याला विश्वास वाटत नाही.

जेव्हा डेल कॉम्प्युटर्स ही लहानशी कंपनी होती तेव्हा मायकल डेल याने काही अनुभवी उद्योजकांना कंपनीच्या संचालक मंडळावर काम करण्यास राजी केले होते. डेल कंपनीसाठी हा मोठाच आधार होता कारण या संचालकांच्या भरवश्यावर इतर प्रस्थापित कंपन्यांनी डेल समवेत वित्तासंबंधी आणि इतर व्यवहार केले. अर्थातच ही बडी मंडळी काही कोणत्याही ऐऱ्यागैऱ्याला त्यांची पत वापरू देत नव्हती. ते मायकल डेलला भेटले आणि त्याने स्वत:च्या अशा काही गुणांनी त्यांचे सहकार्य मिळविले, जे गुण तुम्ही या पाठ्यक्रमात अभ्यासत आहात.

यशाच्या इतर तत्त्वांवरील तुमच्या प्रभुत्वाने आणि डॉ. हिल यांनी वर उल्लेख केलेल्या काही सूक्ष्म गुणांच्या आचरणाने, सहकार्य प्रेरित करण्याची कुवत तुमच्यात निर्माण होते. यामधील कोणत्याही तत्त्वाचा तुम्हाला अभ्यास करायचा असेल, किंवा वरील यादीमधील एखाद्या घटकाचा तुमच्यात अभाव असेल तर तुम्ही लगेचच

पाठ चौदा

अपयशातून लाभ

सारांश

यशाच्या कल्पनांनी जेव्हा तुम्ही तुमचे मन भरून टाकलेले असते, तेव्हा अपयशाची शक्यताही कटू वाटते. पण पराजय तर सर्वांनाच सहन करावा लागतो – कधी लहान, तर कधी मोठा. अखेरीस जे स्वत:ची स्वप्ने साकार करतात आणि जे अडखळून अर्ध्या वाटेत शर्यत सोडून देतात त्यांच्यामध्ये महत्त्वाचा भेद एव्हढाच असतो, की यशस्वी मंडळी, शेक्सपियर ज्याला 'अवाजवी दैवाचे गोफण–गुंडे आणि शर (बाण)' असे संबोधतो, त्यापासून काही महत्त्वाचे धडे शिकतात.

यशाच्या तत्त्वज्ञानाविषयी बोलताना अपयशाचे गोडवे गाणे यात विरोधाभास वाटेल हे खरे, परंतु डॉ. हिल हे अपयशाला असा आवश्यक अनुभव समजतात की ज्यावर विचार करून महान गोष्टी प्राप्त करण्यासाठी त्याचा वापर करता येईल. जेव्हा अपयश पदरी येते तेव्हा नुकसानीचा आकडा नव्हे, तर त्याचे विश्लेषण करून त्यापासून धडा शिकण्याची तुमची कुवत अधिक महत्त्वाची असते.

पाठ्यांश

क्रोएशस नावाचा धनिक तत्त्ववेत्ता राजा सायरस याचा अधिकृत सल्लागार होता. दरबारी तत्वज्ञानी म्हणून त्याने फार शहाणपणाच्या युक्ती सांगून ठेवल्या आहेत, त्यामधील काही अशा :

'हे राजा, मी तुला आठवण करून देतो आणि हे तू पक्के ध्यानात ठेव की प्रत्येक मनुष्याचे नशीब एका चक्रावर फिरते आणि त्यामुळे कोणताच माणूस, नेहमीच सुदैवी किंवा भाग्यवान असू शकत नाही.'

हे सत्य आहे की माणूस म्हणून आपण काहीही केले तरी एक अदृश्य दैव किंवा चक्र आपले आयुष्य सतत फिरवत असते आणि त्यातून कधी आपल्या वाट्याला सौभाग्य येते तर कधी दुर्भाग्य. परंतु हे चक्र सरासरीचा कायदा पाळते, त्यामुळे सततच्या दुर्दैवापासून ते आपले संरक्षण करते. जर आज दुर्भाग्य वाटेला आले, तर अशी आशा असते की त्या चक्राच्या पुढील किंवा त्यापुढील आवर्तनात नक्कीच उलटे घडेल.

अपयश हा मनुष्याच्या अनुभवविश्वातील खूप उपयुक्त भाग आहे कारण यशाच्या पायऱ्या चढण्याआधी काही महत्त्वाचे धडे शिकणे अत्यंत आवश्यक असते आणि अपयशासारखा दुसरा उत्तम गुरु नाही!

अपयश हे एक छुपे वरदानच म्हटले पाहिजे कारण त्याच्याशिवाय काही धडे शिकणे बिलकुल शक्य नसते.

तरीही लाखो लोक अपयशाला शेवट मानण्याची चूक करतात, परंतु आयुष्यातील इतर कोणत्याही घटनांप्रमाणेच तेदेखील तात्पुरते असते आणि म्हणूनच त्याला अंतिम निकाल मानू नये.

अखेरच्या तीन परिच्छेदातील मुद्दे स्वीकारणे कठीण आहे खरे, विशेषत: जर अनपेक्षितरित्या पैशांचे किंवा प्रयत्नांचे नुकसान होत असेल तर! तरीही, हे शब्द लिहिताना डॉ. हिल स्वत:च असफलतेचा सामना करीत होते.

हे पुस्तक एके काळी का बरे अयशस्वी झाले होते?

'द लॉ ऑफ सक्सेस' हे त्यांचे मैलाचा दगड ठरलेले पुस्तक १९२८ साली, म्हणजे केवळ दोन वर्षे आधी प्रसिध्द झाले होते. पुस्तकाच्या विक्रीला सुरूवातीस मिळालेला उत्तम प्रतिसाद उत्तरोत्तर वाढतच गेला आणि हे पुस्तक राष्ट्रीय पातळीवर गाजले. पण ऑक्टोबर १९२९ मध्ये जगाला आर्थिक मंदीच्या तडाख्याने ग्रासले आणि

कोसळणाऱ्या बाजाराने 'यश हे स्वतःच्या प्रयत्नांचाच परिपाक असते' या अमेरिकनांच्या मूळ धारणेवर प्रश्नचिन्ह उमटवले. महाभयंकर मंदीने त्यांच्या खिशातील पैसा न पैसा काढून घेतला आणि डॉ. हिल यांच्या पुस्तकाच्या विक्रीला खीळ बसली.

डॉ. हिल यांनी काहीही केले असते तरी मंदीला लगाम काही घालता आला नसता. 'द लॉ ऑफ सक्सेस' मध्ये वीस वर्षांच्या अथक परिश्रमांचा घाम उतरला होता. या पुस्तकाने डॉ. हिल यांना जे आर्थिक स्थैर्य मिळवून दिले असते, ते कापरासारखे उडून गेले. हा धक्का फार मोठा होता. परंतु तुमच्या हाती आता जे पुस्तक आहे ते या गोष्टीची साक्ष आहे की डॉ. हिल यांनी काळाची पावले ओळखून ताबडतोब हे छोटेखानी परंतु तुलनेने स्वस्त असे पुस्तक प्रकाशित केले आणि त्यामधून तोच संदेश कमी मूल्यात प्रसारित केला.

दुर्दैवाने तेही चालले नाही!

'मर्म यशाच्या सिध्दांताचे' हे पुस्तक जरी नावाजले गेले तरी डॉ. हिल यांच्या वाचकांना भेडसावणाऱ्या समस्येचे उत्तर त्यामध्ये नव्हते; ती समस्या म्हणजे, त्यांचा स्वतःवरील आणि अर्थव्यवस्थेवरील उडालेला विश्वास! मूळ पुस्तकाच्या कमी विक्रीमुळे झालेल्या नुकसानाची भरपाई होण्याइतपत विक्री काही नव्या पुस्तकाची झाली नाही. त्या काळातील इतर अनेक अमेरीकन नागरिकांप्रमाणे डॉ. हिल यांनाही खर्चात प्रचंड काटछाट करावी लागली आणि आपल्या नव्या घरावरही पाणी सोडावे लागले. पुढची अनेक वर्षे ते देशाचा कोसळलेला डोलारा सांभाळण्यासाठी रूझवेल्ट यांच्या सरकारात नोकरी करत होते.

दोनदा हाती आलेल्या अपयशाने त्यांच्या डोक्यात एक बीज पेरले. ज्यांना आयुष्यापासून काहीतरी अधिक मिळवायचे आहे अशा लोकापर्यंत संदेश पोहोचविण्यासाठी काहीतरी वेगळा मार्ग चोखाळणे गरजेचे होते. त्यानंतर बरीच वर्षे त्यांनी लोकांच्या यशापयशाच्या अभ्यासाचा नवा अनुभव घेण्यात खर्च केली आणि अखेरीस एका नव्या पुस्तकास जन्म देण्यास ते सिद्ध झाले. १९३७ साली त्यांनी 'थिंक अॅन्ड ग्रो रिच' हे पुस्तक प्रकाशित केले. यशाच्या प्राप्तीसाठी आजही मार्गदर्शक ठरणारे हे पुस्तक रातोरात प्रसिध्दीच्या शिखरावर पोहोचले.

यशाच्या मूलतत्वांची दहा वर्षांपूर्वीच व्याख्या केली गेली होती. परंतु दरम्यानच्या

दशकात डॉ. हिल यांना अपयशानं जो हिसका दाखवला होता त्याच्या अनुभवामुळे, त्याच तत्त्वांना त्यांनी अशा काही पध्दतीने पेश केले की त्यामुळे प्रेरणात्मक साहित्यलेखनाच्या विश्वात क्रांतीची लहर उमटली. १९३० च्या पूर्वार्धात ज्याने नेपोलियन हिल यांचे दुरून निरीक्षण केले असेल त्याला असे वाटले असेल की त्यांना एक संधी मिळाली खरी, पण ती हुकली. पण त्या निरीक्षणकर्त्याने असफलतेमधून मिळणाऱ्या फायद्याकडे दुर्लक्ष केले असेल - डॉ. हिल यांनी मात्र तसे केले नाही.

तुमच्यासंगे काहीही होवो. जोपर्यंत तुम्ही मनाने पराभव स्वीकारत नाही तोवर तुम्ही पराभूत होत नाही. यशस्वी माणसांना अपयश आणि तात्पुरती माघार यामध्ये फरक करता आला पाहिजे. प्रत्येक माणसाला, कधी ना कधी, तात्पुरत्या माघारीचा सामना करावाच लागतो आणि अशा अनुभवामधून काही खूप महत्त्वाचे आणि फायदेशीर धडे शिकता येतात.

हे खरे आहे, की आपणांपैकी बरेच जण असे घडलेलो असतो की तात्पुरत्या पराजयाचा (ज्याला काही जण अपयश समजतात) अनुभव आला नाही तर आपण प्रौढी मिरवू लागतो व स्वत:ला देवापेक्षाही मोठे समजू लागतो. जगात अशी काही मंडळी आहेत ज्यांच्याबद्दल असे ऐकतो की, यदाकदाचित देवाचे नाव त्यांनी घेतलेच तर ते 'मी आणि देव' असे संबोधतात आणि त्यातही 'मी' वर त्यांचा अधिक भर असतो.

तुम्ही माना किंवा मानू नका, अगदी डोकेदुखी सुध्दा फायदेशीर असते कारण शरीराचा सुयोग्य उपयोग करण्यासाठी निसर्गाने दिलेली ती हाक असते; विशेषकरून पोट आणि शरीराच्या उपशाखांनी - ज्यांच्या दुरुपयोगाने आपण अनेक आजारपणांना आमंत्रण देत असतो.

तात्पुरत्या माघारीचे किंवा अपयशाचेही तसेच आहे. आपण चुकीच्या दिशेने चाललेलो आहोत याचा तो नैसर्गिक संकेत असतो. या खुणा ओळखता आल्या तर तुम्ही योग्य दिशेने सुकाणू फिरवू शकता आणि अखेरीस तुमचे 'निश्चित मुख्य उद्दिष्ट' प्राप्त करू शकता.

पुन्हा हे ध्यानी घ्या की लहानसे यश धोकादायक ठरू शकते. थोड्याफार,

लहानसहान गोष्टींमध्ये आपल्याला यश मिळाले की आपणही कधी अपयशी ठरू शकतो, अशी कल्पनाही करता येत नाही. मग आपल्या कृतींमध्ये अहंकाराचा शिरकाव होतो. अचूक विचारसरणी धाब्यावर बसविली जाते आणि तसेच आल्हाददायी व्यक्तिमत्त्वही! स्वनियंत्रण गरजेचे नाहीच असे वाटू लागते कारण सर्व काही आलबेल चालू असते.

आणि अशाप्रकारे लोक स्वत: आपल्या पायावर धोंडा मारून घेतात त्यात दैवाचा दोष नसतो. अशा प्रकारचे अपयश अधिक शिकवण देणारे असते कारण तुमच्या विचारसरणीतील चुका ते उघड करून दाखविते. यातून शिकण्याचा धडा हाच की तुम्ही यशप्राप्तीसाठी नालायक आहात असे नाही तर त्यासाठी तुम्ही तुमच्या विचारांत आणि कृतींत बदल केला पाहिजे. स्वत:च्या चुकांपासून शिकायला लागणे त्रासदायक असले तरी त्याला इलाज नसतो आणि आपल्या चुकांवर शोक करत बसणे हा त्यावर योग्य प्रतिसाद नसून, चुकांच्या दुरुस्तीवर ताबडतोब काम करू लागणे हा आहे. अशाप्रकारे कठोर स्व–परीक्षण करणे आवश्यक आहे.

या तत्वज्ञानाच्या लेखकाने पाव शतकाहून अधिक काळ, उद्योग, व्यवसाय, राजकारण, मुत्सद्देगिरी, धर्म, अर्थ, वाहतूक, शास्त्र इत्यादी अनेक आणि विविध क्षेत्रांतील यशस्वी पुरुष आणि स्त्रियांमधील सामायिक गुणधर्मांचा अभ्यास करण्यात खर्च केला आहे. या संशोधनाचा भाग म्हणून, दर आठवड्याला सरासरी एक, अशा पध्दतीने शास्त्र, उद्योग आणि आत्मचरित्रपर अशा एक हजारांहून अधिक पुस्तकांचा फडशा पाडलेला आहे.

या अतिप्रचंड संशोधनामधून हाती लागलेला एक धक्कादायक निष्कर्ष असा की कोणत्याही क्षेत्रातील यशस्वी व्यक्ती असो, कधी ना कधी तिला पीछेहाट, प्रतिकूल वातावरण, तात्पुरती माघार किंवा काही वेळा कायमस्वरूपी अपयशाचा सुध्दा सामना करावा लागलेला आहे. अशी एकही यशस्वी व्यक्ती आढळली नाही जिला दु:सह भासणाऱ्या अडचणींवर मात करण्याचा अनुभव एकदातरी घ्यावा लागला नाही.

असाही शोध लागला, की अपयशामुळे जितक्या प्रमाणात ते मार्गावरून ढळले नाहीत तितक्या प्रमाणात ते यशाच्या उंच शिड्या

चढले. दुसऱ्या शब्दांत सांगायचे तर, आपल्या निश्चित मुख्य उद्दिष्टांचा पाठपुरावा करताना मार्गात आलेल्या अडथळ्यांवर मात करण्याच्या प्रमाणातच यशाची मोजदाद होते.

यानंतर डॉ. हिल अशा यशस्वी मंडळींची यादी सादर करतात, ज्यांना बोचऱ्या अपयशाला सामोरे जावे लागले आहे; कोलंबस, एडिसन, अलेक्झांडर ग्राहम बेल, वूल्वर्थ, रॉबर्ट फुल्टन, राईट बंधू आणि हेन्री फोर्ड. या यादीत आपण नव्या काळातील अनेक उदाहरणांची भर टाकू शकतो, ज्यामध्ये सरकारात असणाऱ्या प्रत्येक राजकारण्याचा, बिल गेट्स यांचा (त्यांचे 'बॉब' नावाचे सॉफ्टवेअर आठवते?) आणि या पुस्तकात ज्यांचे नाव समाविष्ट आहे अश्या प्रत्येक व्यक्तीचा समावेश करता येईल.

पराभव म्हणजे शेवट नव्हे! नवनिर्मितीची ती संधी आहे. या अनुभवाने आधीपेक्षा तुम्ही अधिक सुज्ञ झालेले असता आणि तुमच्यापाशी हे ज्ञान असते की मृत्युच्या अलीकडे असा कोणताही धक्का नाही ज्यामधून तुम्ही सावरू शकत नाही. पीछेहाटीला तोंड देताना मनी विश्वास धरा की यातून धडा शिकण्यसारखा आहे, जे मी शिकेन आणि केलेल्या चुकांपासून शिकून, यशस्वी होण्यासाठी आवश्यक अशी खंबीर आणि अधिक समाधानकारक योजना मी तयार करेन!

पाठ पंधरा

सहिष्णुता

सारांश

असहिष्णू व्यक्ती स्वतःच्याच जगात वास करते; असे जग ज्यातील नियम तोडता येत नाहीत आणि ते क्षितिजापाशी असते. याउलट सहिष्णू व्यक्ती अशा जगात रहाते जिथे अमर्याद शक्यता असतात. प्रत्येक मर्यादिला आव्हान देता येते आणि कोणत्याही अडचणीवर मात करता येते. काही महान गोष्ट प्राप्त करण्याची शक्यता, या दोन्ही प्रकारच्या व्यक्तिंमधून कोणत्या व्यक्तिंची बरे असू शकेल?

सहिष्णुता म्हणजे केवळ सामजिक न्यायाचा एक भाग म्हणून शिष्टाचार दाखविणे नव्हे. हे एक असे तत्त्व आहे जे तुमच्या शेजाऱ्याइतकेच तुम्हालाही स्वतंत्र करते. तुम्हाला शहाणे, अनुकूल आणि चौकस बनण्याची ते संधी उपलब्ध करून देते. अडचणींच्या विचलित करण्याऱ्या गोष्टींच्या स्त्रोतापासून ते तुम्हाला मुक्त करते. याआधीच्या अनेक पाठांची ती अपरिहार्य अभिव्यक्ती आहे आणि म्हणूनच शेवटच्या दोन यशाच्या मुलतत्त्वांकडे वाटचाल करताना या तत्त्वाला संपूर्णतः आत्मसात केले पाहिजे.

पाठ्यांश

याविषयीचा डॉ. हिल यांचा संदेश स्वभावतः स्पष्ट आहे. एकविसाव्या शतकाच्या पुर्वार्धासाठी तो अत्यंत समर्पक असाही आहे.

अज्ञानाच्या इतर अनेक तऱ्हांपेक्षा असहिष्णूतेने मानवजातीला सर्वाधिक दु:ख दिलेले आहे. व्यावहारिकदृष्ट्या पाहिले तर प्रत्येक युध्दाचा उगम असहीष्णूतेमध्ये होतो. 'भांडवलदार' आणि 'कामगार' यांच्यामधील गैरसमजाचे मूळ असहीष्णूताच होय.

सहिष्णूतेची सवय लावल्याविना कोणाही माणसाला 'अचूक विचारसरणी' अनुसरणे अशक्य आहे; कारण असहीष्णूतेमुळे माणूस ज्ञानदायी ग्रंथ बंद करून त्यावर 'संपला! मला यातील सर्व माहिती आहे' असा शिक्का मारून मोकळा होतो.

धार्मिक आणि वांशिक मतांतरांमुळे सर्वात नुकसानकारक असहिष्णुता जन्मास येते. धार्मिक असहिष्णुतेच्या जखमा युगायुगांपासून अंगावर झेलीत आजची मानवी संस्कृती उभी आहे.

पृथ्वीतलावरील हे सर्वात मोठे लोकशाही राष्ट्र आहे. आपण जगातील सर्वात मोठे वैश्विक कुटुंब आहोत. अनेक राष्ट्रीयत्वाच्या आणि धर्माच्या लोकांनी आपण घडलेले आहोत. आपल्या शेजाऱ्याचा धर्म आपल्यापेक्षा वेगळा असू शकतो. आता आपण चांगले शेजारी आहोत की वाईट, हे आपल्या सहिष्णूतेवर आधारित आहे.

असहिष्णुता हा अज्ञानाचा परिणाम आहे किंवा दुसऱ्या शब्दांत सांगायचे तर ज्ञानाचा अभाव आहे. जाणकार माणसे क्वचितच असहिष्णू असतात कारण त्यांना ठाऊक असते की दुसऱ्याचा वर्तणुकीचा न्यायनिवाडा करण्याइतके ज्ञान कधीच, कुठल्याच माणसापाशी नसते.

सामाजिक वारश्याच्या तत्त्वानुसार, उमलत्या वयातील धार्मिक शिक्षण आणि आजूबाजूच्या वातावरणामधून आपण आपल्या धार्मिक भावना वारशाने प्राप्त करीत असतो. आपले शिक्षक नेहमीच बरोबर असतात असे नाही. आणि हा विचार जर आपल्या मनात ठेवला तर असल्या शिक्षणाने प्रभावित होऊन, आपण शिकलो तेच सत्य आणि ज्या लोकांचे या विषयावरील शिक्षण वेगळ्या विचारांचे आहे ते सर्व चूक,

अशा विचारांना आपण मनात थारा देणार नाही.

सहिष्णू असण्याचे अनेक फायदे आहेत, आणि त्यातील सर्वात मोठा फायदा हा की सहिष्णुतेमुळे आपण 'तथ्यांची' कास धरून 'अचूक विचारसरणी' कडे पोहोचू शकतो.

वेगळ्या संकल्पना, धार्मिक विचारसरणी, राजकारणी दृष्टीकोन आणि वांशिक परंपरा जोपासणाऱ्या मंडळीना सहिष्णुता दाखवणे हे तुमचे कर्तव्य नाही, तर हा तुमचा विशेषाधिकार आहे!

सहिष्णुतेचे प्रदर्शन करण्यासाठी तुम्हाला कोणाची परवानगी लागत नाही. कारण ती तुम्ही तुमच्या मनामध्ये जपता आणि म्हणूनच त्या निवडीची जबाबदारीही तुमची स्वत:चीच असते.

'आत्मविश्वासाचे नियम' यात सांगितलेल्या सहा मूलभूत भीतीसोबत असहिष्णुतेचा जवळचा संबंध असतो आणि असे ठामपणे म्हणता येईल की असहिष्णुता, भीती किंवा अज्ञान यामधून निपजते. या नियमाला अपवाद नाहीत. तुम्हाला असहीष्णुतेचा शाप आहे हे दुसऱ्या सहिष्णू व्यक्तीने जोखले की तो तुमच्यावर 'भीतीचा आणि अंधश्रध्देचा अथवा अज्ञानाचा बळी' असा शिक्का मारून मोकळा होतो.

असहिष्णूतेमुळे संधींचे दरवाजे हजारो पध्दतींनी बंद होतात आणि ज्ञानाचा नंदादीप विझतो.

ज्या क्षणी तुम्ही 'तथ्यां'साठी तुमचे डोळे उघडता आणि असा दृष्टीकोन बाळगू लागता की जगातील कोणत्याही विषयावर अखेरचे ब्रह्मवाक्य आजवर लिहिले गेलेले नाही, तसेच प्रत्येक विषयावर नवी तथ्ये उघडकीला येण्याची अजूनही शक्यता आहे, तेव्हा तुम्ही सहिष्णुतेचा सिध्दांत जोपासू लागता. ही सवय तुम्ही दीर्घकाळ आचरलीत तर लवकरच तुम्ही विचारवंत बनाल आणि तुमच्या आवडीच्या क्षेत्रात, तुमचे स्थान पक्के करण्याच्या प्रवासातील संघर्षात, समोर उभ्या ठाकणाऱ्या समस्यांशी दोन हात करण्याची कुवत बाळगू लागाल.

सहिष्णुतेच्या महत्त्वावर हे इतके थेट आणि प्रबळ विधान आहे की तुमचे निश्चित मुख्य उद्दिष्ट्य प्राप्त करण्यासाठी हे तत्त्व कां महत्त्वाचे आहे, त्याची खुलासेवार कारणमिमांसा करण्याची गरजच उरत नाही.

त्याऐवजी, आपल्या विचारसरणीत असहिष्णुतेचा शिरकाव कसा होतो, त्याचे मार्ग पाहुयात.

असहिष्णुतेची कसोटी

काय तुम्ही :

१. माणसाकडे पाहून त्याच्या कल्पना आणि सूचनांना वाटण्याच्या अक्षता लावता?

२. ज्यांच्या कल्पना आणि जीवनपध्दती तुमच्याहून भिन्न आहेत त्यांना टाळता?

३. फक्त तुमच्याशी सहमत होतील अशाच अभिप्रायांच्या शोधात असता?

४. तुमची काम करण्याची जागा अथवा शेजार, तुमच्यासारख्या नसलेल्या माणसांना माणूसघाणा भासावा म्हणून तुम्ही तुमचा वेळ आणि उर्जा खर्च करता?

५. कोणाच्यातरी चारित्र्याविषयी किंवा बुध्दिमत्तेविषयी ठराविक साच्याच्या गोष्टी किंवा विनोद सांगत बसता?

६. तत्पर व्यवहार्य वाटतील अशी पुस्तके सोडून इतर काहीच वाचत नाही?

७. प्रत्येक विषयाच्या बरोबर आणि चूक अशा दोन्ही बाजू तपासात नाही?

८. स्वत:ला प्रत्येक विषयावरील वादातील विद्वान मानता?

९. आपल्या कनिष्ठांकडून सदासर्वदा ठाम एकवाक्यतेची अपेक्षा बाळगता?

१०. ज्या संकल्पनासोबत वाढलात त्या सोडून इतर महत्त्वाचे काहीच शिकण्यासारखे नाही असे मानता?

आपण असहिष्णू आहोत असे कोणालाच वाटत नाही. या विचारसरणीतील धोके स्वच्छ आहेत. पण विचार सवयींत बदलत असल्याने, अर्थ न समजता, त्याच त्या गोष्टींची पुनरावृत्ती करुन आपण असहिष्णू होण्याचा धोका वाढवीत असतो. शिवाय सहिष्णू समाजात राहण्याचे भाग्य आपल्याला लाभले असेल तर जोवर आपल्या चुकांची भुते होऊन मानगुटीवर बसत नाहीत तोवर कोणीही आपल्याला आपल्या चुका दाखविण्याच्या फंदात पडत नाही.

असहिष्णू सवयींनी तुम्हाला आणि इतरांना नुकसान पोहोचण्याच्या आधी त्यांना मुठमाती द्या. आपले अढळ विश्वास अधूनमधून तपासून पाहणे चांगले. ही सवय अनिश्चिततेतून नव्हे तर स्वत:ला अचूक बनविण्याच्या इच्छेतून असावी. या परीक्षेतून अनेक लहानसहान चुका उलगडतील, ज्यांनी तुम्हाला संधीपासून दूर ठेवले किंवा अपयशाला सामोरे नेले. अपयशातून शिकणे तर महत्त्वाचे आहेच, पण चुकीच्या मतांमुळे आणि कल्पनांमुळे पदरी पडू शकणाऱ्या अपयशाला टाळण्यास शिकणेही तितकेच महत्वाचे !

सहिष्णुतेवरील डॉ. हिल यांचा निबंध वाचताना, एकविसाव्या शतकाच्या सुरूवातीला जगाला छळणाऱ्या अनेक गोष्टींसाठी तो किती समर्पक आहे, हे वाचकाला भिडल्याशिवाय राहत नाही. दुर्दैवाने या विषयासाठी ते 'प्रेषित' नव्हते. परंतु मानवी स्वभावाचा अभ्यासक म्हणून त्यांनी हे मात्र ओळखले होते, की आज आपल्या ज्ञानाने आणि शास्त्राने कितीही उंच झेप घेतली असली तरी काही जुन्या मानवी चुकांमध्ये अजूनही दु:ख आणि दैन्याच्या डागण्या देण्याची कुवत आहे.

जागतिक पातळीवर असहिष्णु वातावरण निर्माण करण्याइतपत आपल्यात कुवत नसली तरी तो जागतिक प्रत्यय हजारो स्थानिक वातावरणांनी बनलेला असतो, ज्यामध्ये आपणां सर्वांचा सहभाग असतो. आपल्या स्वत:च्या महत्त्वाकांक्षांच्या पूर्तीसाठी तुम्ही सहिष्णुतेला अंगीकारलेत, तर जागतिक पातळीवरही सहिष्णुतेच्या बाजूने पारडे झुकू लागेल. असे केल्यामुळे, ज्या जगात प्रत्येक माणसाला 'त्यालाच सत्याची खरी ओळख आहे' असे वाटते, अशा जगात तुम्हाला कधीच मिळू न शकणाऱ्या संधी प्राप्त होण्याची शक्यता वाढते.

पाठ सोळा

सुवर्ण-सिध्दांताचे
(गोल्डन रुल)
आचरण

सारांश

येथे यशाच्या बाकी सर्व तत्त्वांचे पृथक्करण केलेले आहे. तसे पाहायला जाल तर गोल्डन रुल म्हणजे शिणलेल्या पालकांनी आपल्या पाल्यांना ओरडण्यासाठी केलेला बागुलबुवा वाटेल. पण खरे म्हणजे वैश्विक कार्यशक्तिची ती अशी एक अभिव्यक्ती आहे जिचा तुमच्या यशप्राप्तीच्या प्रयत्नांवर जबरदस्त परिणाम होत असतो.

एखाद्या मंत्राप्रमाणे गोल्डन रुल तुम्हाला निर्णय प्रक्रियेत मार्गदर्शन करेल. तुम्ही घेतलेल्या निर्णयानुसार तुमच्या निवडीची तंतोतंत फळे तो पदरात घालेल. हे तत्त्व तुमच्यावर कसा परिणाम करेल हे पाहणे सोप्पे आहे; पण त्याच्या शक्तीचा अधिकाधिक फायदा करुन घेण्यासाठी जी जाणीवपूर्वक समर्पित वृत्ती लागते ती जोपासणे कठीण आहे.

पाठ्यांश

अनेक प्रकारांनी, यशाच्या सतरा तत्त्वांपैकी हे सर्वात महत्त्वाचे तत्त्व आहे. पाच हजारांहून अधिक वर्षांपूर्वी महान तत्त्ववेत्यांनी गोल्डन रुलच्या सिध्दांताचा शोध लावला असला आणि त्यावर विवेचन केलेले

असले तरी आजकालची बहुसंख्य जनता त्याकडे 'धार्मिक प्रवचनकारांसाठी उपयुक्त मजकूर' अशाच दृष्टीकोनामधून पाहते.

खरे तर, 'गोल्डन रुल'चे तत्त्वज्ञान अशा एका शक्तिशाली नियमावर आधारीत आहे की ज्याला व्यवस्थित समजून घेतले आणि आचरणात आणले, तर कोणाही माणसाला दुसऱ्यांकडून सहकार्य मिळविता येईल.

हे सुपरिचित आहे की बहुतांश माणसे 'जशास तसे' वागतात. तुम्ही कोणाची नालस्ती केलीत तर तो तुमची नालस्ती करेल. तुम्ही स्तुती केलीत तर तो तुमची स्तुती करुन परतफेड करेल. तुम्ही व्यवसायात कोनाला मदत केलीत तर तो तुमच्या उपकारांची परतफेड करेल.

या नियमालादेखील अपवाद आहेत हे खरे, पण सामान्यत: हा नियम असाच चालतो. समानधर्मी एकमेकांना आकर्षित करतात. हा कायदा निर्सगाचाच आहे आणि तो पदार्थाच्या प्रत्येक कणामध्ये तसेच विश्वातील उर्जेच्या प्रत्येक रुपामध्ये काम करतो. यशस्वी माणसे यशस्वी माणसांना आकर्षित करतात. अपयशी पराजीतांना.

गोल्डन रुलचा नियम 'मेहनतान्यापेक्षा अधिक सेवा' या नियमाशी जवळून संबंधित आहे. मेहनतान्यापेक्षा अधिक सेवा दिल्याने हा सिध्दांत काम करु लागतो आणि त्यामुले समानशील एकमेकांना आकर्षून घेतात. आणि हेच तर गोल्डन रुल नियमाचे पायाभूत तत्त्व आहे !

गोल्डन रुलचे महत्त्व समजून घ्यायचे असेल तर आयुष्याला वेगवेगळ्या गटांत विभागण्याऐवजी तुमच्या सर्व कृतींची एकत्र बेरीज म्हणून पहा. काही प्रबळ तर काही कमकुवत मुद्दे असतील, काही अंदाज चुकले असतील आणि काही विसंगत निवडी केल्या गेल्या असतील. परंतु तुमच्या विचारांची आणि निर्णयाची गुणवत्ताच तुम्हाला या जगाकडून परत मिळेल, याची अपेक्षा ठेवा.

जर तुमचे प्रयत्न टूकार असतील, उद्देश फसवणुकीचे असतील आणि मन:स्थिती नैराश्यपूर्ण असेल तर जगाकडूनही तुम्हाला तसाच अनुभव येईल. जर तुमचे काम 'चलता है' धर्तीचे असेल, हेतू संदिग्ध असतील आणि मन:स्थिती स्थिर

नसेल, तर आयुष्यही तुम्हाला तेच देऊ इच्छिते असे तुम्हाला आढळून येईल. जर तुम्हाला सर्वोत्तमाची, सत्याची आणि सकारात्मक विचारांची आस लागली असेल, तर त्या गुणांची स्वत:त निर्मिती केल्यानेच केवळ तुमची आस पूर्ण होईल.

''इतरांशी तसे वागा, जसे इतरांनी तुमच्याशी वागावे असे तुम्हाला वाटते,' असे गोल्डन रुल सांगतो. त्याला महत्त्वाची जोड अशी पाहिजे, दुसऱ्याबद्दल असा विचार करा, जसा त्यांनी तुमच्याबद्दल करावा असे तुम्हाला वाटते''. गोल्डन रुलखाली कृतींसोबत विचारही येतात. मन जहरी टीकेने भरले की तुम्ही तेच सर्वत्र प्रेरित कराल. अप्रामाणिकपणाचा विचार करा आणि त्याच पानामधून तुम्हालाही वाढले जाईल, हे पक्के ध्यानी ठेवा.

ज्या विचारांचा तुमच्या मनावर प्रभाव असतो, ते तुमच्या कृतींना निर्देशित करतात. काही वेळा हा परिमाण दृश्य असतो, पण बऱ्याचदा तो सूक्ष्म असतो आणि सहजी उमजून येत नाही. म्हणूनच, वाईट इच्छेने केलेल्या प्रयत्नांची परतफेड वाईट परिणामांनी होते आणि सदिच्छेने केलेल्या प्रयत्नांचा परतावा अनपेक्षित लाभाच्या रुपाने होतो.

मानवी रहस्य

हा नियम इतका मुलभूत आहे, इतका नि:संदिग्ध आहे पण त्याचसोबत तितकाच साधा-सोपाही आहे. मानवी वर्तणूकीचे हे महान रहस्य व्यवस्थितरीत्या समजून घेतले आणि आचरणात आणले जात नाही. त्याचा उपयोग केल्यास ज्या शक्यता निर्माण होतात, त्यांसाठी सर्वाधिक द्रष्ट्या व्यक्तीची कल्पनाशक्तीही तोकडी पडते. याच्या वापराने आपण एक खरेखुरे रहस्य शिकू शकतो आणि ते म्हणजे दुसऱ्यांनी जे करावे अशी इच्छा असते, ते त्यांच्याकडून करवून घेणे.

एखाद्याकडून तुम्हाला काही मदत हवी असेल तर त्या माणसाला काळजीपूर्वक हुडकून काढा आणि नंतर योग्य समयी त्याला तशीच मदत करा, जशी तुम्हाला त्याच्याकडून हवी आहे. जर त्याने प्रतिसाद दिला नाही तर दुसऱ्यांदा, तिसऱ्यांदा, अनेक वेळा तशी मदत करीत राहा आणि अखेरीस, बाकी काही नाही तरी शरमेने, तो परतून तुम्हाला तशी मदत करेल.

इतरांकडून सहकार्य मिळविण्याचा एकमेव मार्ग म्हणजे प्रथम तुम्ही त्यांना सहकार्य देणे.

महत्त्तम यश मिळविण्याची ज्याची इच्छा आहे त्याला उपलब्ध असलेल्या नियमांपैकी हा सर्वात महत्त्वाचा नियम असल्याने, वरील वाक्याची त्याने शेकडो वेळा पारायणे केली पाहिजेत.

असेही घडू शकते, किंबहुना असे घडेलच, की एखादी व्यक्ती तुम्हाला अजिबात प्रतिसाद देणार नाही. परंतु हे अत्यंत महत्त्वाचे सत्य ध्यानी ठेवा की तुमच्या व्यवहाराचे निरीक्षण करणारी दुसरी एखादी व्यक्ती, तुमच्यासोबत न्याय व्हावा या उदात्त इच्छेने अथवा स्वत:च्या स्वार्थी हेतूने, तुम्हाला नक्कीच मदत करील.

जे पेराल, तेच उगवेल !

हा उपदेश नाही; प्रत्येक यशामागचे हे व्यवहारी सत्य आहे. सरळ रस्त्यावरुन किंवा नागमोडी वळणांवरुन, तुम्ही जो प्रत्येक विचार आणि जी प्रत्येक कृती प्रक्षेपित करता, तो विचार आणि ती कृती समानधर्मी विचारांना आणि कृतींना सोबत घेऊन तुमच्यापाशी यथावकाश फिरुन परत येते.

या सत्यापासून पळवाट उपलब्ध नाही. हे वैश्विक सत्य आहे आणि गुरुत्वाकर्षणाच्या नियमांइतके पक्के आहे. त्याकडे दुर्लक्ष करणे म्हणजे स्वत:वर अज्ञानाचा किंवा उदासीनतेचा शिक्का मारुन घेण्यासारखे आहे आणि या दोहोंपैकी काहीही तुमच्या यशाच्या शक्यतेचा चुराडा करुन टाकेल.

परंतु गोल्डन रुल अंगीकारल्याने तुमच्या सर्व कृती निश्चित मुख्य उद्दिष्टाच्या दिशेने दृढ होतात. स्वत:ला प्रभावी, धाडसी, मेहनती आणि सहकारी बनविण्यावर जितके प्रयत्न आणि उर्जा खर्च कराल, ते सर्व शतगुणित होऊन तुमच्यापाशी परत येईल. अपेक्षेपलीकडे केलेले काम, दाखविलेला उत्साह, रुजविलेली कल्पकता, सकारात्मक दृष्टीकोन या सऱ्या गोष्टी तुमच्यावर प्रभाव टाकतील.

गोल्डन रुल म्हणजे काही विमा पॉलिसी नव्हे. तुम्हाला अपायकारक असणाऱ्या कोणत्याही कृतीला तो अटकाव करत नाही. पण आयुष्याचा तोल निर्धारित करण्याचे काम मात्र तो करतो. यशप्राप्तीच्या इच्छेच्या बदल्यात जगाला तुम्ही जे देण्याचा निर्णय घेता, त्याद्वारे जग तुम्हाला त्याची कशी परतफेड करेल हे सुध्दा तुम्हीच ठरवत असता.

हे जाणल्याने गोल्डन रुलच्या आधारे तुम्ही कोणताही निर्णय घेऊ शकता. जर आयुष्याकडून तुम्हाला तसे हवे असेल तर दूरगामी लाभाऐवजी तुम्ही अल्पावधीतील फायद्याकडे पाहू शकता. तुम्ही सर्वोत्तमाची कास धरू शकता, जर आयुष्याकडून तुम्हाला त्याची अपेक्षा असेल. त्याचप्रमाणे जीवनाकडून तुम्हाला तसेच हवे असेल, तर तुम्ही अप्रामाणिकपणा, असहिष्णुता आणि तत्सम गुणांचा तुमच्या कृतीत वापर करु शकाल.

तर मग आयुष्याकडून **तुम्हाला** काय पाहिजे ?

पाठ सतरा

आरोग्याची सवय

सारांश

यशाच्या तत्वांमध्ये वैयक्तिक आरोग्याचा अंतर्भाव करणे कदाचित असाधारण वाटेल, परंतु बहुतेक प्रत्येकाच्या यशाच्या व्याख्येचा तो, अवचेतना पातळीवरील का होईना, पण महत्त्वाचा भाग असतो चांगले आरोग्य राखायचे ते फक्त आपल्या कष्टांची फळे चाखण्यासाठीच नव्हे. तर ज्या मोहिमेवर निघायचे तिच्या पूर्ततेसाठीही ते गरजेचे आहे.

डॉ. हिल यांच्या काळापासून आजवर उत्तम आरोग्य राखण्यासंबंधीच्या कल्पना बदलल्या आहेत. पण त्यांच्या इतर विचारांप्रमाणे, मानसिक आरोग्यावरील त्यांचा भर देखील काळाच्या कित्येक पावले पुढे होता.

पाठ्यांश

आता आपण सतराव्या आणि शेवटच्या यशाच्या घटकाकडे वळतो आहोत. याआधीच्या पाठांत आपण पाहिले की यश शक्तीमधून उपजते आणि शक्ती म्हणजे कृतीत उतरलेले संघटीत ज्ञान. उत्तम आरोग्याशिवाय कोणीही दीर्घकाळ कृतिशील राहू शकत नाही. तंदुरूस्त शरीराविना मन तंदुरुस्त राहू शकत नाही. यशाचे बाकी सर्व सोळा घटक, त्यांच्या यशस्वी उपयोजनासाठी, निरोगी शरीरावर अवलंबून असतात.

उत्तम आरोग्य खालील घटकांवर अवलंबून असते :

१. योग्य अन्न आणि हवेचा संयोग

२. योग्य मलनिस्सारणाची सोय

३. योग्य व्यायाम

४. योग्य विचारसरणी

या पाठाचा उद्देश काही निरोगी कसे राहावे यावर प्रबंध लिहिणे नाही, कारण ते काम शारीरिक आणि मानसिक रोगचिकीत्सकांचे आहे... अनुभवी डॉक्टरांच्या सल्ल्याशिवाय कोणीही उपवास, डायटिंग अथवा इतर प्रयोगांच्या भानगडीत पडू नये.

तर मग डॉ. हिल येथे आपल्याला नेमके काय सांगत आहेत ?

आपल्या यशाच्या निर्मिती प्रक्रीयेमध्ये डायट, व्यायाम आणि मानसिक आरोग्य या सर्वांची भूमिका असते आणि म्हणूनच त्यांच्यापैकी एकाच्याच मागे लागू नये. कष्टावर भर देणाऱ्या सवयींमध्ये गुंतणे फार सोपे असते. उत्पादकता वाढविण्यासाठी जेवण टाळणे, सदानकदा अरबट–चरबट खाणे, एकाच जागेवर तासनतास बसून काम करणे इत्यादी. पण उद्याच्या आरोग्याचा बळी देवून आजच्या कष्टांवर चुकीचा भर देण्याचे दूरगामी परिणाम वाईट होतात.

या दृष्टीने, उत्तम शारीरिक आणि मानसिक आरोग्याच्या निर्मितीसाठी वरील यादीमधील क्रमांत चारचा घटक 'योग्य विचारसरणी' विशेष महत्त्वाचा आहे. नेपोलियन हिल फौंडेशनला फोन करणाऱ्यांचे स्वागत कार्यकारी संचालक मायकेल जे. रिट अनेक वर्षे करत होते. 'कसे आहात' म्हणून त्यांना विचारले तर त्यांचा प्रतिसाद असे –''मी आनंदी आहे, निरोगी आहे आणि मस्त मजेत आहे !'' स्वतःसाठी अत्यंत परिणामकारक अशी ही भविष्यवाणी आहे !

पर्यायाने तुम्ही चिंताग्रस्त राहू शकता किंवा आरोग्याविषयी विचार करणे सोडू शकता. आणि या दोन्हीही घोडचुका आहेत. चिंता केल्याने अधिक शारीरिक आणि मानसिक त्रास होतो – अगदी मळमळणाऱ्या पोटापासून ते त्वचाविकारांपर्यंत. रोगाकडे दुर्लक्ष केल्याने आवश्यक ती परीक्षा आणि उपाययोजना करता येत नाही. मानसिक वृत्ती सकारात्मक राखा पण शरीरात किंवा उत्साहात होणाऱ्या बदलांवर लक्ष

ठेवा. व्यावसायिकांचा सल्ला घ्या आणि त्याप्रमाणे वागा. दोषाची दुरुस्ती जितक्या लवकर कराल तितक्या लवकर तुम्ही बरे व्हाल आणि पूर्वीसारखे तंदुरुस्त व्हाल.

सुयोग्य मानसिक दृष्टीकोनाने आरोग्याची निर्मिती, तसेच रखरखाव होतो. डॉ. हिल काही याचे आद्यप्रवर्तक नव्हते, परंतु ते माणसांचे चाणाक्ष निरीक्षक जरूर होते. या विषयावर अधिक माहिती हवी असल्यास नॉर्मन कझिन्गस आणि दीपक चोप्रांची पुस्तके जरुर वाचा.

परंतु हेही ध्यानी असु द्या की सर्वच अनारोग्य काही नकारात्मक विचारांनी घडत नाही. जीवाणू आणि विषाणूविरोधी प्रतिकारशक्ती सकारात्मक विचारांनी आपण वाढवू शकतो पण त्यामुळे काही आपण रोगप्रतिबंधक होत नाही. अगदी सुरूवातीपासून रोगराई चालत आलेली आहे आणि आपली शरीरे काही अक्षय टिकणारी नाहीत. म्हणूनच असे समजू नका की तुम्ही आजारी पडलात तर त्यात तुमचाच काहीतरी दोष आहे. स्वत:वर त्यावरुन टीका करत बसण्यापेक्षा लवकर बरे होण्यावर लक्ष केंद्रित करा.

यशाच्या तत्त्वांनुसार जीवन जगण्याचा आणखी एक महत्त्वाचा फायदा म्हणजे उत्तम आरोग्यासाठी सकारात्मक विचारसरणीची धारणा करणे. आपण निरोगी आहोत असा विचार करण्याकडे आणि तशी कृती करण्याकडे जेवढे अधिक लक्ष द्याल तितके अधिक निरोगी राहाल.

चांगले आरोग्य यशाच्या निर्मितीसाठी तुम्हाला मदत करतेच, पण त्याहूनही महत्त्वाचे म्हणजे त्याची मधुर फळे चाखण्याची अनुमती तुम्हाला देते.

अपयशाची तीस सर्वसाधारण कारणे

सारांश

प्रथमदर्शनी असे वाटते की डॉ. हिल यांनी या पुस्तकाला काही परिशिष्टे जोडली आहेत. न्यू ऑर्लिन्स शहरात याला 'लाग्निअप' असे म्हणतात – म्हणजे विकत घेतलेल्या वस्तूबरोबर दुकानदाराने दिलेली छोटीशी भेट! पण यापुढे जे लिहिलेले आहे ते त्यापेक्षा कितीतरी अधिक मौल्यवान आहे.

यापुढील पाठांमध्ये आपल्या कल्पनांविषयी ते ठासून लिहितात आणि त्यांच्या अंमलबजावणीसाठी व्यावहारिक उदाहरणे देतात. यशाच्या तत्त्वामधील सुप्त शक्तीबाबत त्यांचा दृष्टीकोन किती नाट्यपूर्ण आणि अचूक होता, हे आता आपण पाहूच.

आपल्या महत्त्वाकांक्षांच्या पूर्तीसाठी लागणाऱ्या कष्टाविषयी लोक किती उदासीन असतात. या विषयावरुन ते प्रारंभ करतात. त्यांच्या यादीवरुन नजर फिरवा आणि पहा – या तीसांमधील एखादे कारण तुम्हाला रोखून तर धरत नाहीय ना? याआधीच्या यशाच्या तत्त्वांनी तुम्हाला तुमची प्रगती रोखणाऱ्या कोणत्याही गोष्टीला दुरुस्त करण्यासाठी कौशल्ये आणि आयुधे दिली आहेत. आपणच स्वतःच्या पायावर धोंडा मारून घेत आहोत असा विचार करणे बिलकुल आनंददायी नाही. त्यापेक्षा आपले निश्चित मुख्य उद्दिष्ट प्राप्त केल्याच्या आनंदात रमणे उत्तम, नाही का?

पाठ्यांश

आधीच्या पानांमधून आपण यश प्राप्तीसाठीच्या सतरा घटकांची थोडक्यात तोंडओळख करून घेतली. आता अपयशकारक घटकांकडे आपला मोहरा वळवुया. खालील यादीवरुन नजर फिरवा – कदाचित तुम्ही अनुभवलेल्या अपयशाची किंवा तात्पुरत्या पिछेहाटीची कारणे तुम्हांला सापडतील. विविध क्षेत्रातील स्त्री–पुरुषांच्या वीस हजारांहून अधिक अपयशांचे विश्लेषण या यादीच्या पाठीशी आहे.

१. प्रतिकूल अनुवांशिक पाया

(अपयशाचे हे कारण यादीमध्ये नंबर एक स्थानावर आहे. वाईट प्रजनन ही एक अशी उणीव आहे जिच्यावर चांगली उपाययोजना नाही आणि जिच्यासाठी ती व्यक्ती जबाबदार नसते.)

प्रथमदर्शनी असे वाटते की डॉ. हिल यांच्या म्हणण्यानुसार वाईट जनुकांमुळे (जीन्स) काही व्यक्ती यशापासून रोखल्या जातात. परंतु हे समजणे महत्त्वाचे आहे की त्यांच्या दृष्टीने वारसा जितका अनुवांशिक असतो तेवढाच सामाजिकही असतो. ज्या वातावरणामध्ये यशप्राप्तीला आणि त्यासाठीच्या कौशल्यांना हीन लेखले जाते, त्या वातावरणामधून येणाऱ्या व्यक्तिला अशा समजुती तोडणे अधिक मुश्कील जाते. अधिक महत्त्वाचे म्हणजे त्यांना असे वाटते की यश हा नशिबाचा भाग आहे आणि त्यांच्यासारख्या पार्श्वभूमीच्या माणसांना कधीच यश मिळणार नाही. ते यशस्वी होत नाहीत कारण आपण त्यासाठी प्रयत्न करु शकतो यावरच त्यांचा विश्वास नसतो. या विचारसरणीला उपाय नसतो. अशा प्रत्येक व्यक्तिला व्यक्तिश: मार्गदर्शन करुन, स्वत:च्या सामाजिक वारशाला आव्हान देण्यास शिकवावे लागते.

आपण कधीच यशस्वी होऊ शकणार नाही अशी धारणा असणाऱ्या व्यक्तींना प्रशिक्षित करण्याचे काम नेपोलियन हिल न्यास करीत असतो. वातावरणाचा परिणाम म्हणून, ज्या स्त्री-पुरुषांची 'आपण यशस्वी होण्याच्या कुवतीचे नाही आहोत' अशी धारणा होते अशा तुरुंगांमधील व्यक्तिंच्या प्रशिक्षणाचे वर्ग नेपोलियन हिल प्रतिष्ठान चालविते.

२. योग्य प्रयोजनाची कमतरता अथवा निश्चित मुख्य उद्दिष्टाचा अभाव

३. सामान्यत्वाच्या पलीकडे झेप घेण्याच्या महत्वाकांक्षेचा अभाव

४. अपुरे शिक्षण

५. स्वयंशिस्तीचा आणि अक्कलहुशारीचा अभाव; जो अति लैंगिक इच्छा किंवा हावरटपणा अशा अतिरेकी कृतींमधून अभिव्यक्त होतो.

६. रोगट प्रकृती (प्रतिबंध करण्याजोग्या कारणांनी).

७. उमलत्या वयात, चारित्र्य घडताना लाभलेले प्रतिकूल वातावरण, त्यामुळे शरीर आणि मनाच्या विकृती.

हे जरी पहिल्या कारणासारखेच वाटत असले, तरी या कारणांनी अडखळणाऱ्या माणसांना असे वाटत नसते की ते यशस्वी होऊ शकणार नाहीत. त्यांना असे वाटते की यश कोणत्याही (गैर) मार्गाने प्राप्त केले तरी त्यात वावगे काहीच नाही.

८. चालढकल

९. स्वत:च्या अपयशासाठी स्वत:ला जबाबदार ठरवण्याची हिम्मत आणि चिकाटी नसणे.

याची सर्वात सहज अभिव्यक्ती म्हणजे अपयशापासून शिकण्याची तयारी नसणे.

१०. नकारात्मक व्यक्तिमत्व

११. लैंगिक इच्छेची अपुरी व्याख्या.

१२. काहीच न गुंतविता काहीतरी प्राप्त करण्याची इच्छा; जिची परिणीती जुगारासारख्या व्यसनात होते.

१३. निर्णयक्षमतेचा अभाव

१४. या पुस्तकात इतरत्र वर्णिलेल्या एक किंवा अनेक भीती.

१५. लग्नात चुकीच्या जोडीदाराची निवड

१६. अतिसावधानता; त्यामुळे पुढाकाराचा आणि आत्मविश्वासाचा अभाव

१७. व्यवसायात चुकीच्या सहकाऱ्यांची निवड

१८. निसर्गनियमांच्या ज्ञानाअभावी येणारा अंधविश्वास आणि पूर्वग्रह

१९. चुकीच्या व्यवसायाची निवड

२०. एकाग्रतेअभावी उर्जेचे विखुरणे

२१. उधळपट्टी

२२. उत्साहाचा अभाव

२३. असहिष्णुता

२४. खाण्यात, पिण्यात आणि कामजीवनात नियमनाचा अभाव

२५. इतरांशी सुसंवादाने वागून सहकार्य न करणे.

२६. स्वत:च्या कष्टांनी किंवा सावकाश उत्क्रांतीच्या माध्यमातून न मिळालेली सत्ता (उदा. एखाद्याला वारसाने प्रचंड धनप्राप्ती होणे अथवा पात्रता नसताना एखाद्याला सत्तेमधील उच्च पद प्राप्त होणे)

२७. अप्रामाणिकपणा

२८. अहंकार आणि आत्मप्रौढी

२९. विचारांऐवजी केवळ अंदाज बांधत राहणे

३०. भांडवलाचा अभाव

काही मंडळीना आश्चर्य वाटेल की 'भांडवलाचा अभाव' यादीत शेवटच्या स्थानावर का? कारण असे, की ज्या कोणाजवळ उर्वरित एकोणतीस मुद्द्यांच्या परीक्षेत पास होण्याची कुवत असेल, तो हरहुन्नरीने

कोणत्याही कारणासाठी भांडवल सहज गोळा करील.

अपयशाची सारी कारणे जरी या यादीत नसली तरी ही प्रातिनिधिक कारणे आहेत. 'वाईट नशीब' हे कारण या यादीत नसल्याला कोणी हरकत घेतील; पण ज्याने यशाची सतरा तत्वे समजुन घेतली, त्याला या घटकावर नियंत्रण प्राप्त करणे नक्कीच जमेल. पण ज्यांना सतरा घटकांवर हुकुमत जमावणे शक्य झालेले नाही, त्यांच्यासाठी तरी हे मान्य करावे लागेल की 'दुर्दैव' किंवा 'नशिबाचे फासे उलटे पडणे' हे सुध्दा कधीकधी अपयशाचे कारण असते.

पण ज्यांना आपल्या अपयशाचे खापर नेहमी परिस्थितीवर फोडायचे असते, त्यांनी मात्र डॉ. हिल यांचा कडक इशारा ध्यानी घ्यावा, ''परिस्थितीची ऐशी की तैशी ! मी स्वत: परिस्थिती निर्माण करतो!'' असे ते म्हणत. बऱ्याचदा 'परिस्थिती' आणि 'नशिबाचे प्रतिकूल दान' हे सुध्दा स्वत:चेच कर्म असते, हे कधीच विसरु नये !

संक्षेपात, हे आहे डॉ. हिल यांचे तत्वज्ञान ! आपणच असतो आपल्या जीवनाचे शिल्पकार – चांगल्यासाठी आणि वाईटासाठीही. यशस्वी माणसे हे ओळखतात आणि त्याप्रमाणे कृती करतात.

हे एक तथ्य आणि एक कबुलीजबाब नेहमीच ध्यानी ठेवण्यासारखा आहे. जगातील अनेक स्त्री पुरुषांना उपयुक्त सेवा देणारे हे यशाचे तत्वज्ञान, खरेतर लेखकाच्या वीसहून अधिक वर्षांच्या अपयशाची निष्पती आहे. 'लॉ ऑफ सक्सेस' तत्त्वज्ञानाच्या विस्तृत अध्यायात 'अपयशातून लाभ' या पाठामध्ये अभ्यासकाच्या हे लक्षात येईल की लेखकाने आपल्या आयुष्यात इतकी अपयशे, प्रतिकूल परिस्थिती आणि पीछेहाट अनुभवली आहे की त्याने नियतीला दोष देणे कदाचित समर्पक ठरले असते. सात मोठी अपयशे आणि लक्षात सुध्दा राहणार नाहीत अशी कितीकारी छोटी अपयशे यांनी अशा तत्त्वज्ञानाचा पाया घातला, जे आज हजारो लोकांना आणि स्वत: लेखकालाही यशाची फळे देत आहे. 'कमनशिबाला' कामाला लावून त्याचा लाभ उठविला जात आहे...

''असे एक चक्र आहे ज्यासोबत माणसाचे नशीबही फिरत असते आणि त्याची रचना अशी असते की एकाच माणसाला नेहमीच सुदैवी राहता येत नाही.''

किती सत्य! आयुष्याचे हे चक्र सतत फिरत असते. आज ते तुमच्यासाठी दुर्दैव घेऊन आले तर उद्या सुदैव घेऊन येईल. जर हे सत्य नसते तर यशप्राप्तीचे हे तत्वज्ञान केवळ एक फार्स झाला असता, ज्यातून केवळ खोटी आशा मिळते!

प्रस्तुत लेखकाला सांगण्यात आले होते की त्यांच्या जन्मग्रहांत दोष आहे. त्या अशुभ ग्रहावर काहीतरी उतारा झाला असावा, आणि तसा तो नक्कीच झालाय ! आणि तो म्हणजे, यशप्राप्तीच्या तत्त्वज्ञानाच्या अभ्यासाने आणि आचरणाने, प्रथम स्वत:वर आणि नंतर अडथळ्यांवर मात करण्याची शक्ती. यशाचे सतरा घटक जर या लेखकाच्या अशुभ ग्रहांच्या परिणामावर प्रभाव टाकू शकतात तर ते तुमच्यासाठीही– आणि कोणाहीसाठी कार्य करतील.

आपल्या कमनशिबासाठी ग्रह–ताऱ्यांना दोष देणे म्हणजे केवळ आपले अज्ञान किंवा आळशीपणा स्वीकारण्याचा दुसरा मार्ग आहे. ग्रह फक्त तुमच्या मनात तुम्हाला साडेसाती आणू शकतात. तुमचे मन तुमच्या कह्यात असते आणि तुमच्यात व तुमच्या यशाच्या मध्ये जे काही वाईट प्रभाव असतात त्यावर मात करण्याची शक्ती त्याचात असते – अगदी ग्रहांचे प्रभाव धरून! तुमच्या दुर्दैवाचे आणि कमनशिबाचे खरे कारण शोधायचे असेल तर वर ग्रहांकडे पाहु नका – आरश्यात पहा. तुम्हीच आहात तुमच्या जीवनाचे शिल्पकार! तुम्ही तुमच्या आत्म्याचे स्वामी आहात. फक्त तुम्हीच तुमचे मन नियंत्रित करू शकता आणि तुमच्यासमोर उभा ठाकणारा कोणताही प्रश्न सोडविण्यासाठी हेच मन संचेतीत करुन हव्या त्या कोणत्याही शक्तीशी थेट संबंध जोडू शकता. जी व्यक्ती अडचणीचे खापर दैवावर फोडते ती अमर्याद बुध्दीमत्तेच्या अस्तित्वालाच आव्हान देत असते – हवे तर तिला तुम्ही देव म्हणा.

प्रत्येकाची नियती त्याच्या निवडीपेक्षा इतर कुठल्यातरी गोष्टीवर अवलंबून असू शकते या धारणेला डॉ. हिल पूर्णत: खारीज करतात, याचे थोडेसे आश्चर्य वाटू शकते. 'मन ज्याची कल्पना करु शकते व ज्यावर विश्वास ठेऊ शकते, ते त्याला प्राप्तही करु शकते' हे एक असे तत्वज्ञान आहे ज्यामुळे वैयक्तिक यशाचे श्रेय कोणत्याही परकीय प्रभावाला देण्यास काही जागाच उरत नाही. तरीही अशा गृहीतकांसाठी तुम्ही ज्योतिष–शास्त्राचे अनुकरण करण्याची काहीच गरज नाही.

जेव्हा तुम्ही तुमचे निशिचत मुख्य उद्दिष्ट्य लिहायला बसलात तेव्हा काहीतरी 'शक्य' किंवा 'सहज–साध्य' उद्दिष्ट शोधून, तुमचे खरे लक्ष्य तुम्ही लिहिले नाहीत का? डॉ. हिल यांना कोणीतरी जसे सांगितले होते की त्यांच्यावर दुष्ट ग्रहाचा प्रभाव आहे, तसे इतरांनी तुम्हाला सांगितलेल्या मर्यादा तुम्ही स्वीकारल्यात का? काय घडले असते जर त्यांनी तो समज स्वीकारला असता? इतरांच्या मर्यादा स्वीकारण्यास जर तुम्ही नकार दिलात, तर काय बरे होईल?

आयुष्यात जर काही तुमच्यापाशी नसेल, तर त्याचे कारण हे की तुम्ही त्याचा पाठपुरावा केला नाहीत. जर तुम्ही त्याच्या मागे पडला असाल तर नक्कीच ते तुम्हाला प्राप्त होईल. पण जर तुम्ही त्या गोष्टीचा पाठपुरावा केलाच नाहीत तर ती गोष्ट प्राप्त न करण्याच्या तुमच्या स्वत:च्या निर्णयामुळे तुम्हाला नेहमीच तिची कमतरता भासेल.

विचारांच्या शक्तीचे रहस्य

लेखकाच्या अभ्यासिकेच्या समोर, ब्रॉडवेवर आणि न्यूयॉर्क शहराच्या ४४ व्या रस्त्यावर भव्य, उंच आणि लक्षवेधी इमारत आहे – पॅरामाऊंट बिल्डिंग – जी विचारांच्या महान शक्तीची दररोज आठवण करून देते.

या! माझ्या अभ्यासिकेच्या खिडकीत माझ्यासोबत उभे राहा आणि आपण या आधुनिक उत्तुंग इमारतीचे विश्लेषण करू. तुम्हाला जमले तर, ही इमारत कोणत्या वस्तूंची बनलेली आहे, ते सांगा. तुम्ही चटकन म्हणाल, ''ही तर विटा, पोलादी तुळ्या, कांच आणि ओंडक्यांची बनलेली आहे''. तुमचे म्हणणे थोडेफार बरोबर आहे, पण ते पूर्णसत्य नाही!

इमारतीच्या भौतिक सांगाड्यात जे विटा, पोलाद आणि इतर अन्य

सामान रचले गेले ते आवश्यक तर आहेच, पण त्याआधी ही अख्खी इमारत एका वेगळ्या प्रकारच्या सामानाने बांधली गेली होती. 'विचार' नावाच्या अमूर्त वस्तूने ती अडॉल्फ झुकोरच्या मनात बांधली गेली होती.

तुमच्यापाशी, चांगले–वाईट, जे काही आहे किंवा भविष्यात असेल ते तुमच्या 'विचारांनी' तुमच्याकडे आकर्षित केलेले आहे. सकारात्मक विचार सकारात्मक आणि हव्याहव्याश्या वस्तुंना आकर्षित करतात; तर नकारात्मक विचार दु:ख, दैन्य, दरिद्रय आणि इतर अनेक नको नकोश्या वाटणाऱ्या गोष्टींना आकर्षित करतात. तुमचा मेंदू हे एक असे चुंबक आहे की त्याला तुमच्यापाशी असलेल्या सर्व गोष्टी चिकटतात आणि तुम्ही दारिद्र्याचा आणि अपयशाचा विचार करीत असताना तुमचा मेंदू यशाला आकर्षित करण्याची शक्यता नाही, हे पक्के ध्यानात ठेवा.

ज्याप्रमाणे निश्चितपणे दिवसानंतर रात्र होते त्याप्रमाणे प्रत्येक माणूस हा आपल्या विचारांचा परिणाम असतो. विचार ही अशी एकच गोष्ट आहे जिच्यावर माणसाचे संपूर्ण नियंत्रण असते; हे तथ्य अत्यंत महत्त्वाचे असल्याने वारंवार अधोरेखित केले आहे. तुमच्या संपत्तीवर तुमचे पूर्ण नियंत्रण नाही, किंवा तुम्ही भोगत असलेल्या प्रेमावर आणि मैत्रीवरही. या जगात येण्यामध्ये तुमचा काहीच सहभाग नव्हता आणि परत जातानाही तसा तो असणार नाही. पण तुमच्या वैचारिक अवस्थेवर तुमचे पूर्ण नियंत्रण आहे. बाह्य प्रभाव आणि सूचनांनी तुम्ही तो सकारात्मक करू शकता किंवा नकारात्मक. प्रारब्धाने तुम्हाला तुमच्या स्वत:च्या मनावर सर्वोच्च नियंत्रण दिले आहे. आणि या नियंत्रणाबरोबर जबाबदारी येते ती त्याचा सर्वोत्तम उपयोग करण्याची.

तुमच्या स्वत:च्या मनात तुम्ही लेखकाच्या अभ्यासिकेच्या समोर उभ्या असलेल्या दिमाखदार इमारतीसारखी इमारत उभी करू शकता आणि तत्पश्चात त्या मानतील चित्राचे सत्यात रुपांतर करू शकता – अगदी ॲडोल्फ झुकोरने केले तसेच कारण पॅरामाऊंट बिल्डिंग बांधण्यासाठी

त्याने जे सामान वापरले ते तर तुम्हा प्रत्येकापाशी आहे – आणि तेसुध्दा विनामूल्य!

यश आणि अपयशामधील महत्त्वाचा फरक म्हणजे सकारात्मक आणि नकारात्मक विचारांचा फरक! नकारात्मक मन यशाला आकर्षित करणार नाही. समानधर्मी गोष्टी एकमेकांना आकर्षित करतात. यशाला यश जितके लवकर आकर्षित करते, तसे कोणतीही गोष्ट करु शकत नाही. दैन्य दैन्याला जवळ करते. यशस्वी होऊन पहा... अवघे जग तुमच्या पायाशी आपला सारा खजिना रिकामा करते आणि तुम्हाला अधिक यशस्वी होण्यासाठी मदत करते. दारिद्र्याच्या खुणा दाखवा आणि पहा की सारे जग तुमच्यापाशी असलेल्या साऱ्या मौल्यवान वस्तू हरण करते. जेव्हा तुम्ही धनवान असता आणि तुम्हाला पैशाची गरज नसते तेव्हा बँका तुम्हाला कर्ज द्यायला तयार असतात. पण जेव्हा तुमच्यावर दुर्दैवाचा फेरा पडलेला असतो किंवा काही आणीबाणीची परिस्थिती उद्‌भवलेली असते तेव्हा एखादे कर्ज मिळते का पहा. तुम्ही तुमच्या नियतीचे स्वामी आहात कारण तुम्ही अवघ्या मानवतेची नियती बदलण्यासाठी आवश्यक असणाऱ्या त्या एका गोष्टीचे स्वामी आहात – 'विचारांची शक्ती'. हे महान सत्य तुमच्या बोधावस्थेत खोल उतरु द्या आणि पहा, हे पुस्तक तुमच्या आयुष्याला वेगळी कलाटणी देईल.

पॅरामाऊंट इमारत ब्रॉडवेवरील सर्वात उंच इमारत राहिलेली नाही. टाइम्स स्क्वेअरच्या नव्या उभारणीत अ‍ॅडोल्फ झुकोरच्या या महत्वाकांक्षी प्रकल्पाची जागा आता इतर गगनचुंबी इमारतींनी घेतली आहे. पण डॉ. हिल यांचा मुद्दा बदलत नाही. प्रत्येक महान यशाचा प्रारंभ माणसाच्या मनात होतो. कांच, पोलाद आणि विटांचा वापर करणारी मार्गदर्शक दृष्टी नसेल, तर त्यांचा उपयोग शून्य आणि असा दृष्टीकोन अशाच व्यक्तींकडून येतो जे आजूबाजूचे जग बदलण्याची साहसी कल्पना करु शकतात.

यश मिळविण्यासाठी तुमच्यापाशी असलेले एकमेव महत्त्वाचे अवजार म्हणजे 'विचारांची शक्ती'! खरोखरीच हे एकमेव आयुध आहे कारण तुम्ही तुम्हाला हवे ते

निर्मिण्यासाठी बाकी काहीही वापरा, पण तुमच्या विचारांचा स्वभावच फक्त ठरवतो की काही घडणार असेलच, तर ते काय घडणार आहे. ही कल्पना नुसती स्विकारलीत तरी, जसेजसे तुम्ही तुमच्या विचारांच्या सकारात्मक किंवा नकारात्मक स्वभावाकडे जाणीवपूर्वक पाहू लागाल, तसतसा तुमचा आयुष्याकडे पाहण्याच्या दृष्टीकोनात आमुलाग्र बदल होईल.

जेव्हा नकारात्मक विचारांचे मनात आगमन होईल तेव्हा ताबडतोब त्याजागी सकारात्मक विचारांचे रोपण करा. जुन्या नकारात्मक सवयींना दूर पळवून लावण्यासाठी 'पीएमए' चा वापर करा. नकारात्मक मनाचे धृवत्व बदला; सकारात्मक मन तुम्हाला तुमच्या आयुष्यातील तुम्हाला न आवडणाऱ्या गोष्टी बदलण्याचा मार्ग दाखवील. पण लक्षात ठेवा, सकारात्मक विचारांची पूर्ण क्षमता वापरायची असेल तर ते सकारात्मक कृतींमधून अभिव्यक्त झाले पाहिजेत. तुम्ही केलेल्या निवडीमधून विचारांचे प्रत्यक्षात अवतरण झाले तरच तुमचे मन खरोखरीच सकारात्मक उर्जेने भारीत झाले असे म्हणता येईल.

संपत्ती कमावण्यासाठी चाळीस अद्वितीय कल्पना

सारांश

डॉ. हिल म्हणतात की एका विद्यार्थ्याबरोबर केलेल्या चर्चेमधून पुढे लिहिलेल्या कल्पनांचा उगम झाला आहे. मास्टर माइंड तत्त्व वापरुन त्यांनी विचारमंथन केले आणि कमीतकमी वेळात ही उल्लेखनीय यादी निर्माण केली.

आजच्या वाचकासाठी अनेक मुद्दे वैशिष्ट्यपूर्ण आहेत. पहिले म्हणजे, यातील अनेक कल्पना जो विकास सुचवितात, त्या कित्येक सुधारणा 'मर्म यशाच्या सिध्दांताचे' प्रसिध्द झाल्यानंतरच्या काळात झालेल्या आहेत. दुसरे म्हणजे, ज्याच्यापाशी योग्य दृष्टी आहे त्याला, यातील आजवर अंमलबजावणी न केलेल्या अनेक कल्पनांमधील संधी खुणावत आहेत. ही यादी तुम्ही तुमचे निश्चित मुख्य उद्दिष्ट म्हणून वापरा असे सुचवायचे नाही. पण मास्टर माइंड किती उपयुक्त गोष्टींची निर्मिती करु शकते हे अधोरेखित करण्याचा उद्देश आहे.

काही कल्पना आधीच विकसित झालेल्या कल्पनांच्या जवळच्या वाटतील. पण त्यांतील महत्त्वाचा घटक अनुपस्थित आहे. पण अर्थातच यात आश्चर्य नाही. कारण डॉ. हिल आणि त्यांचा मित्र उत्स्फुर्तपणे काम करीत होते. पण जेव्हा या कल्पना बाजारात आल्या तेव्हा त्यावर काळजीपूर्वक अभ्यास केला गेला होता. यापध्दतीने ज्यांनी फायदा करुन घेतला ते 'कल्पनाशक्ती' अणि 'अचूक विचारसरणी' यांसारख्या यशाच्या तत्वांचा वापर करीत होते आणि डॉ. हिल यांना आपण करित असलेल्या सूचनांची पुर्ती करणाऱ्या त्या कल्पनांच्या उपयुक्ततेत काहीच आश्चर्य वाटण्यासारखे नव्हते.

पाठ्यांश

१. 'लॉ ऑफ सक्सेस तत्त्वज्ञान' एका पुस्तकात मावेल अश्या संक्षिप्त पध्दतीने अणि परवडेल अशा कमी मुल्यात मांडावे जेणेकरुन यशाच्या तत्त्वज्ञानाचा फायदा ज्यांच्यापर्यंत पोहोचू शकत नाही अशा शेकडो विद्यार्थ्यांपर्यंत ते पोहोचावे. तसेच जगातील

तत्त्वज्ञानाच्या अनेक शिक्षकांनी हे पुस्तक खाजगी क्लासेस अणि सक्सेस क्लब्ज मध्ये पाठ्यपुस्तक म्हणून वापरावे. (लेखकाची टिप्पणी: वरील कल्पनेचा ठोस प्रत्यय म्हणजे तुम्ही हातात धरलेले हे पुस्तक !)

२. जेथे वाहनचालक यंत्रात नाणी टाकून पेट्रोल भरुन घेईल अशा स्वयंचलित पेट्रोल पंपांचे जाळे.

सेल्फ–सर्व्ह पेट्रोल पंप हे या कपल्पनेचे मूर्त रुप. पेट्रोलच्या किंमती नाणी टाकून पेट्रोल भरावे अशा असाव्यात हे स्वप्नरंजन असले, तरी क्रेडीट अणि डेबीट कार्डस् मुळे पंपावर ताबडतोब अणि विनासायास पैसे भरण्याची सोय मात्र सर्वत्र झाली आहे.

३. स्वयंचलित वर्तमानपत्र स्टँड (stand), ज्यामधून मासिके, वर्तमानपत्रे अणि नियतकालिकांचे वितरण होईल.

या पध्दतीचे वर्तमानपत्र स्टँड कमी असले तरी नाणी टाकून वर्तमानपत्रे आणि मासिके वितरण करणारी यंत्रे आता अनेक दशके कार्यरत अहेत.

४. पाच–दहा सेंटची दुकाने, जेथे स्लॉट मशीन मधून व्यापारी माल विकला जाईल ; ज्यामुळे कष्ट आणि चोऱ्या वाचतील.

ही कल्पना कोणी वापरलेली दिसत नाही आणि आधुनिक काळातील किमतींमुळे आता हे अशक्यप्राय वाटते. पण फिलाडेल्फिया आणि न्यूयॉर्क मध्ये ऑटोमार्ट निघालेले आहेत जेथून छोट्या शीतकपाटांमधून ग्राहक नाणी वापरुन अन्न विकत घेऊ शकतात.

५. कणा अणि खांदे ताठ धरण्यासाठी लवचीक स्टील पासून बनविलेला 'लवचीक आधार'. ताठ अंगस्थितीसाठी आजवर कोणीही असे सुखकारक उपकरण बनविलेले नाही.

६. कार्यालयातील अणि कारखान्यातील खुर्च्यांना जोडता येईल असे कंपने निर्माण करणारे यंत्र. थोड्या थोड्या अवधीने ते सुरु करता

येईल आणि त्यामुळे चेतासंस्थेतील उर्जा शरीरात वितरित करता येईल आणि शिणवटा दूर करता येईल.

'जीवतंत्रविद्या ' असे नवे नाव या शास्त्राला दिले गेले आहे. याद्वारे शिणवटा दूर करण्यासाठी खुर्च्या तसेच इतरही अनेक उपकरणांची निर्मिती केली जात आहे. पण शिणवटा दूर करण्यासाठी कंपनांचा उपयोग करण्याची कल्पना मागे पडून विश्रान्तिकरिता त्याचा वापर होऊ लागला आहे.

७. 'पर्यावरण कलाकार' नावाचा नवा व्यवसाय. घर, ऑफिस, कारखाना, दुकाने इत्यादी ठिकाणचा तोचतोपणा दूर करुन सकारात्मक वातावरण निर्मिती हे त्याचे काम.

गरजेप्रमाणे कामाच्या जागा, घर अणि इतर वातावरण अभिकल्पित करण्याचे काम करणारे वेगवेगळ्या प्रकारचे विशेषज्ञ आता उपलब्ध आहेत. काही केवळ सौंदर्यदृष्टीने करतात तर काही कार्यक्षमता विचारात घेऊन. फेंग-शुई मध्ये नैसर्गिक सुसंगतीचा विचार केलेला असतो.

८. वाहनांच्या सुरक्षेसाठी 'कॉम्बिनेशन लॉक' (चावी-विना कुलूप). चावीविना कुलुपे आता गाड्यांच्या दरवाज्यावर सहजी दिसतात. इंजिनिअर्स आता गाडी सुरू करण्याच्या यंत्रणेसाठी त्याच्यावर संशोधन करीत आहेत.

९. 'व्यक्तिमत्त्व कलाकार' या नावाचा नवा व्यवसाय. पुरुष आणि स्त्रियांना हे योग्य आणि सुसंगत कपडे निवडण्यासाठी मदत करतील. उच्च दर्जाच्या कपड्यांच्या दुकानांसमवेत ते काम करतील आणि त्यांची सेवा ग्राहकांना विनामुल्य असेल.

या मंडळींना आता आपण 'पर्सनल शॉपर्स' असे म्हणतो.

१०. कुठल्याही विषयावरील माहितीचे संकलन आणि विश्लेषण करण्याचे काम करणारे 'संशोधन सचिव'. अश्याप्रकारची अनेक माणसे

लेखक, वकिल, इतिहासतज्ञ आणि इतरांना नैमित्तिक करारावर या सेवा पुरवितात.

११. सामान्य माणसांसाठी 'कंट्रीक्लब'– जे मुलांसाठी क्रीडांगणे, सक्षम आया आणि खेळ निर्देशक यांच्या सहाय्याने दिवस किंवा रात्रीच्या ठराविक वेळी काम करतील. लोकांनी उपनगरांत स्थलांतरित होण्यासाठी प्रोत्साहन म्हणून बिल्डर मंडळींसोबत ते सहकार्य करु शकतील.

१२. दैनिक वर्तमानपत्रांसाठी 'कल्पना विशेषज्ञ'. यांचे काम महागडे कर्मचारी नोकरीस ठेवणे ज्यांना परवडत नाही अश्या छोट्या व्यावसायिकांसाठी विक्री आणि विपणनाच्या नव्या व वैशिष्ट्यपूर्ण कल्पना राबविणे. वृत्तपत्रांत जाहिराती देणाऱ्यांसाठी यांची सेवा मोफत असेल.

बरीच वर्तमानपत्रे आता विशेष जाहिराती प्रसार योजना राबवितात; उदा: विभागातील व्यापरी किंवा विशिष्ट प्रकारच्या वस्तु विकणारे व्यावसायिक इत्यादी. मोठ्या मासिकांमधून जाहिरातदारांसाठी विशेष प्रसार योजना चालविण्यासाठी निर्धारित टीम्स असतात.

१३. सामान्य नागरीकाला परवडतील अशी शहराजवळील 'उन्हाळी शिबीर क्रिडांगणे'. तेथे लोक तंबू ठोकण्याइतपत जागा भाड्याने घेऊ शकतील. किंवा लहान हलविता येतील अशा इमारती व बगीच्यासाठी जागा; जी भाड्याने घेता येईल.

उत्तरपूर्वेला अशा अनेक जागा वाहनांच्या वाढत्या लोकप्रियतेने प्रसिध्द झालेल्या आहेत. पण त्या मर्यादित अवधीसाठी भाड्याने घेता येतात. तंबूपेक्षा कॅबिन्स जास्त पसंत केल्या जातात अणि बगीचे मात्र दुर्मिळ आहेत. पण डॉ. हिल यांनी शहरातील गरम हवेपासून दूर गावाकडच्या थंड हवेत जाण्याची गरज नेमकी हेरली होती.

१४. पेट्रोल पंपांनी आपला व्यवसाय वाढविण्याचे साधन म्हणून चालवावा असा उद्यम – आठवडा अखेरीस बाहेर जाण्यासाठी शहराजवळील

जागा जेथे वाहनचालक दिवस किंवा विक-एंड व्यतीत करू शकतील.

सोबत रस्त्याचे नकाशे, माहितीपूर्ण पत्रके इत्यादी. येणाऱ्या दशकांमध्ये, कमीतकमी नकाशे हे तरी पेट्रोल पंपासाठी जाहिरातींचे माध्यम झाले. आजकाल विशिष्ट प्रदेशावर केंद्रित केलेली अनेक पुस्तके निघालेली आहेत, ज्यामध्ये विकएंड व्यतीत करण्यासाठी नव्या कल्पना, नकाशे या व्यतिरिक्त खान-पान तसेच राहण्याच्या सोयीबद्दलही माहिती दिलेली असते.

१५. मुले खेळताना (त्यांच्या लहानपणीच्या आठवणी पालकांसाठी जतन करुन ठेवण्यासाठी) वाढदिवसाच्या पार्टीज, लग्नसमारंभ, व्यावसायिक संमेलने तसेच औपचारिक मेजवानी यांचे चित्रण करण्याची सेवा. तंत्रज्ञानातील प्रगतीमुळे यातील बऱ्याच गोष्टी माणसे स्वत: करु शकतात. पण लग्नसमारंभ मात्र छायाचित्रकारांच्या शिवाय क्वचितच साजरे होतात.

१६. हॉटेल्स अणि पुलमन गाड्यांमध्ये कॉइन स्लॉट मशिन्सच्या मदतीने चालणारी भाड्याची टंकलेखन यंत्रे.

ही कल्पना अनेक प्रकारे अभिव्यक्त झालेली आहे. किंकोज सारख्या ठिकाणी आपण कॉम्प्युटर भाड्याने घेऊ शकतो किंवा छपाईसाठी इतर सेवा विकत घेऊ शकतो. इंटरनेट कॅफेज मध्ये आपण कॉम्प्युटरचा वेळ विकत घेऊ शकतो.

१७. ऑफिस आणि कारखान्यातील कर्मचाऱ्यांसाठी उत्तम दर्जाच्या जेवणाच्या साहित्याने बनवलेले, घरी शिजवलेले दुपारच्या जेवणाचे डबे पोहोचवण्याची सेवा. हा व्यवसाय गृहिणी आपल्या स्वयंपाक घरातून चालवू शकतात. लेखकाचे अनेक ग्राहक की कल्पना फायदेशीररित्या राबवत आहेत.

बऱ्याच शहरी भागांमध्ये खाद्यपेय व्यवस्था पुरविणाऱ्या कंपन्या ही सेवा अनेक कार्यालयांना पुरवीत आहेत. चिप्स अणि कुकीजपेक्षा ताजे

तयार जेवण कुणाला बरे आवडणार नाही ?

१८. पाईज, पाव आणि केक्सचे घरात भर्जन (बेकिंग) करणे आणि नियमित व्यवस्थेच्या माध्यमातून स्थानिक किराणा दुकाने आणि औषधाच्या दुकानातून विक्री करणे.

घरच्या आचारी मंडळींनी आता आपल्या सेवा कँडीज, कुकीज, साल्सा, प्रीझर्व्ह, बेबी फूड अशा अनेक क्षेत्रांत विस्तारल्या आहेत. 'घरगुती मिष्टान्न' अशी जाहिरात करणाऱ्या हॉटेल्सना देखील हे होम कुक्स सेवा पुरवितात.

१९. लिखाणाच्या क्षेत्रात उतरणाऱ्या नवोदितांना कोणत्या विषयावर लिहावे अणि आपल्या लिखाणाच्या हस्तलिखितांचे कोठे व कसे विपणन करावे याविषयी अचुक माहिती पुरविण्याची सेवा.

रायटर्स डायजेस्ट बुक्स नावाची एक कंपनी या पध्दतीची माहिती देण्याची सेवा पुरविते आणि कोणतेही पुस्तकांचे दुकान या कल्पनेच्या उपयुक्ततेची ग्वाही देईल.

२०. वाहनाने ओढली जाऊ शकेल अशी समर हाऊसबोट. ज्या वाहनचालकांना सुट्टीचा काही काळ पाण्यावर सैर करण्यात आणि त्याच वेळी आपल्या गाड्या जमिनीवरील उपयोगासाठी राखून ठेवायच्या आहेत, त्यांना भाड्याने देण्याची सेवा.

या विषयीची गरज मोठाल्या ट्रेलर्सच्या माध्यमातून तसेच बोटींवरील वाढत्या सोयीमधून पुरविण्यात आलेली आहे.

२१. किरकोळ दुकानांसाठी काचदर्शिकेमधील जाहिरात सेवा समाचार चित्रांऐवजी त्यात आकर्षक घोषणांचा वापर केलेला असेल, ज्यामुळे लोक मुद्दाम थांबून ते वाचतील.

अजूनही दुकानदारांनी या कल्पनेला अंगीकारलेले दिसत नाही. चालण्याऐवजी आजकाल लोक गाडीमधून जातात आणि काचदर्शिकांची जागा रस्त्याच्या कडेला असलेल्या, बदलते संदेश

प्रदर्शित करणाऱ्या खांबांनी घेतली आहे.

२२. जाहिरातीसाठी बावन्न शोशकांचा (टीपकागद) संच. प्रत्येक टीपकागदाचा उपयोग संबंधित जाहिरातदाराची घोषणा किंवा उद्देश कळविण्यासाठी करावा. निवडक डाक यादीला दर आठवड्याला एक टीपकागद प्रेषित करावा.

मेजावरील टीपकागदांची कल्पना भुतकाळात जमा झाली. तोच उद्देश साध्य करण्यासाठी काहीतरी नवीन विचार करता येईल.

२३. आहारमुल्य असलेली, ताज्या भाज्यांच्या रसाची फवारापेये, ज्यामध्ये कोणतेही परिरक्षक किंवा रासायनिक पदार्थ असणार नाहीत.

व्यायामशाळेपासून ते शॉपिंग मॉल्सपर्यंत आणि विमानतळापासून ते किराणा दुकानापर्यंत आजकाल भाज्यांची 'संजीवनी' बाटल्यांमधून सर्वत्र विकली जाते.

२४. काढता येण्यासारख्या काचेवर लिहिलेल्या कार्यालयांच्या नाव–पाट्या– ज्या भाडेकरु जागा बदलताना बरोबर घेवून जाऊ शकेल.

कार्यालयातील काचेचे दरवाजे फक्त जुन्या सिनेमांत आढळतात. पण चुंबकीय पट्टीवरील सहज हलवता येण्यासारख्या पाट्या व्यवसायाबरोबर जागोजाग फिरतात.

२५. किरकोळ दुकानदारांच्या व्यवहारी विक्री कल्पनांचे आदानप्रदान करण्यासाठी समाशोधन केंद्र.

व्यावसायिक मासिकांनी याचा बराच भार उचललेला दिसतो.

२६. स्वतंत्र उत्पन्नाच्या स्त्रोताची आवश्यकता असणाऱ्या विवाहित स्त्रियांनी चालविलेले पाळणाघर, ज्याचा लाभ विश्वासू हातांमध्ये आपली मुले सोपविण्याची इच्छा ठेवणाऱ्या बायका घेऊ शकतील.

याआधी नोंदल्याप्रमाणे पाळणाघरे आता सर्वव्यापी झालेली आहेत.

२७. कपड्यांचे विनिमय केंद्र, जेथे तुम्ही वापरलेल्या जुन्या कपड्यांची दुसऱ्या कपड्यांशी अदलाबदल करता येईल.

वापरलेल्या कपड्यांची दुकाने सर्वत्र असली तरी, धर्मादाय संस्था सोडल्या तर विनिमय केंद्राची कल्पना कोणी अंमलात आणू शकलेले नाही.

२८. शहराबाहेरील छोट्या कंपन्यांसाठी आणि व्यक्तींसाठी न्यूयॉर्क शहरातील पत्ता, ज्यांना अशा पत्त्याच्या प्रतिष्ठेमुळे आपली डाक प्रथम येथे येऊन पुढे पाठविली जावी असे वाटते. प्रत्येक सेवार्थीसाठी महिन्याला पाच डॉलर फी आकारली तर अशा दोनशे सेवार्थीपासून एका माणसाला उत्तम उत्पन्न मिळू शकेल.

डाक अग्रेषण सेवा आता देशातील प्रत्येक शहरात अस्तित्वात आहे. त्यामुळे माणसाला एक स्थिर पत्ता मिळतो (अर्थात आजच्या काळात पाच डॉलर फी सेवा देणाऱ्याला परवडणारी नाही)

२९. मुलांनी बनविलेली, मुलांसाठी अशी चलचित्र सेवा, मुलांना शिक्षण तसेच मुलांचे मनोरंजन करण्यासाठी सरकारी शाळांमधून प्रसारित करण्यासाठी. आजकालच्या काळात मुलांसाठी मिडीयाची काहीच कमतरता नाही.

पण सिनेमाच्या सुरूवातीच्या काळामध्ये केवळ मोठ्या माणसांसाठीच सिनेमे बनत असत आणि म्हणूनच डॉ. हिल यांची ही कल्पना आता भासते त्यामानाने त्या काळाच्या बरीच पुढे होती. शैक्षणिक चित्रपट आणि व्हिडीओज शाळांमधून सर्रास वापरले जातात, आणि त्यातील काही मुलांचे मनोरंजन करण्यातही यशस्वी होतात.

३०. वृत्तपत्रांसाठी विनोदी चित्र-पट्टी, ज्यामधून ठराविक छापाच्या व्यापारी मालाची जाहिरात करता येईल आणि त्याच वेळी ती मनोरंजनही करेल.

याचे सर्वात जवळचे उदाहरण म्हणजे नॅशनल फुड ब्रॅन्ड्ससाठी वापरण्यात आलेली मासिकांतील विनोदी जाहिरातींची शृंखला.

यातील बहुतांश चित्रकथा नाट्यमय होत्या (''ओह आंटी, मी पचण्यायोग्य पाय क्रस्ट कधी बनवू शकतच नाही! आणि जॉन आज त्याच्या बॉसला रात्री घरी जेवायला घेऊन येणार आहे!'') आणि त्यांचे मनोरंजन मुल्य आनुषंगिक होते.

३१. लॉ ऑफ सक्सेसच्या आठ खंडांवर आधारित, पुस्तकाच्या लेखकाच्या सहकार्याने, वर्तमानपत्रात दैनंदिन स्तंभ चालवण्यासाठी संपादक.

कोणत्याही संपादकाने ही कल्पना अंगिकारली नाही, पण डॉ.हिल यांनी नंतर राष्ट्रीय पातळीवर संहित स्तंभलेखन केले.

३२. शोषून घेऊ शकेल अश्या कापडाचा पायासाठी विणमाल ज्यामुळे पाऊल घर्ममुक्त राहून, वीणमालाचे आयुष्य आणि परीधान करणाऱ्याचा आराम वाढेल.

मोजे आणि स्टॉकिंग्जना, त्यांच्या कमी किंमतीमुळे, आता वापरुन फेकून देण्याची वस्तू समजले जाते. पायाच्या घामावरील समस्येवर उपाय करण्यासाठी आता असंख्य उत्पादनांची जंत्री उपलब्ध आहे.

३३. उलट करता येण्याजोगे नेक-टाईज, जे दोन प्रकारच्या कापडांनी बनविलेले असतील आणि ज्यामुळे दोन वेगवेगळ्या टाईज म्हणून ते वापरता येतील.

गळ्याभोवती लेचापेचा, न लटकलेला टाय बनविताना, हे जमवण्याचा व्यावहारिक मार्ग मात्र कोणाला सुचलेला दिसत नाही.

३४. सुजोड आणि अनुरुप शर्ट, टाय, रुमाल इत्यादी पुरुषांनी वापरायच्या वस्तुंचा वेष्टनात नीट बांधलेला संच, जो रास्त किमतीला विकला जाईल.

ही कल्पना उपसाधनांचे (कफलिंक, टाय-क्लिप ई.) सुजोड संच बनविण्यासाठी वापरली गेलेली दिसते. पण संपूर्ण प्रसंचासाठी हिचा यशस्वी वापर कोणी केलेला आढळत नाही.

३५. विजारीच्या आतील बाजूस लावलेला लवचिक पट्टा (बेल्ट) किंवा सस्पेंडर्स वापरण्याची आवश्यकता राहणार नाही अशी विजार.

सान्स–अ–बेल्ट ब्रॅन्डच्या विजारी नेमकी हीच गरज भागवितात. हीच कल्पना स्त्रियांच्या स्कर्ट्स मध्ये आणि इस्पितळातील स्क्रब्ज मध्ये वापरलेली आढळते.

३६. आरोग्यदायी अन्नाचा दैनंदिन मेनू, जो वृत्तपत्रांतून संहित करता येईल.

ही कल्पना साप्ताहिक पध्दतीवर राबवणे जास्त व्यवहारिक ठरेल, ज्यामुळे लोकांना आपल्या खरेदीचे नियोजन करता येईल. अनेक लेखकांची पुस्तके मेनुचे नियोजन देतात, पण पूर्ण वर्षासाठी नाही.

३७. शारीरिक संस्कृती मंडळ, ज्यामध्ये सुयोग्यरित्या संकल्पित केलेल्या नृत्यामधून व्यायामाचे धडे दिले जातील, ज्यामुळे व्यायाम म्हणजे अत्याचार न वाटता एक आनंददायी अनुभव वाटेल.

नेपोलियन हिल यांना 'एरोबिक्सचे जनक' म्हणणे फार धाडसाचे ठरेल, पण त्यांना लागलेली भविष्याची ही चाहूलच म्हटली पाहिजे.

३८. टेलिफोनच्या माध्यमातून चालणारी एक 'विक्री आणि सेवा एजन्सी' जी स्थावर मालमत्ता अभिकर्ते, वाहन एजंट किंवा इतर कोणताही व्यवसाय आणि योग्य अर्हता प्राप्त खरेदीदार यांची सांगड घालेल (ही योजना कोणत्याही शहरात राबविता येईल आणि ज्याला टेलिफोनवरून मुलभूत विक्रीचातुर्याचे संभाषण करता येते, त्याच्या साठी प्रगतीच्या अफाट संधी आहेत).

ही एक अशी कल्पना आहे, जी इतकी यशस्वी झाली की आपल्यापैकी अनेकांना हिचा शोध लागला नसता तर बरे झाले असते, असे वाटते – 'दूरध्वनीवरुन विपणन' (टेलीमार्केटिंग)

३९. छोट्या उद्योगांसाठी 'मुखपत्र', जे छोट्या प्रमाणात, कमी खर्चात चक्रमुद्रण पध्दतीने छापता येईल. (टिप: न्युयॉर्क शहरातील दोन

तरुण मुलांनी ही कल्पना अंमलात आणलेली आहे आणि इतर शहरांमध्ये ज्या कोणाला ही कल्पना वापरायची आहे त्यांना साहित्य पुरविण्यास ते तयार आहेत. बँका, जीवन वीमा, रियल इस्टेट, किरकोळ दुकाने अश्या प्रत्येक व्यवसायासाठी योग्य असा मजकुर त्यांच्यापाशी आहे. या पुस्तकाच्या लेखकाला पत्र लिहिल्यास त्यांची नावे पुरविण्यात येतील)

या कल्पनेचा एक भाग अजुनही उत्तम चालला आहे. संस्थांतर्गत छपाई स्वस्त झाल्याने, डॉ. हिल ज्याप्रमाणे वर्णन करतात तश्या संपुर्ण संस्थेसाठी बाहेरुन छपाई होत नसली तरी 'कर्मचारी मुखपत्रे' असे ज्यांना म्हणतात, ती अजुनही चालू आहेत. अशी मुखपत्रे बनविणाऱ्या लोकांसाठी अनेक सेवा उपलब्ध आहेत, ज्या छोटे लेख, पुस्तकांची परिक्षणे अणि प्रेरणादायी सुभाषिते आदी उपलब्ध करुन देतात. त्या तरुण मुलांना डॉ. हिल का मदत करु इच्छित होते याची कारणे मात्र ज्ञात नाहीत.

४०. उद्योगविश्वामधील कर्मचाऱ्यांना यशप्राप्तीचे तत्वज्ञान त्यांच्या संबंधीत पदांवर कसे वापरावे याच्या प्रशिक्षणासाठी यशाचे वर्ग अयोजित करणे, ज्यामुळे कर्मचारी आणि त्यांचे नियोक्ते अशा दोघांचाही फायदा होईल. विविध तात्विक बैठकीच्या वक्त्यांची प्रेरणादायी चर्चासत्रे आता दररोज होतात. त्यांतील अनेकजण डॉ. हिल यांच्या कल्पनाचा आधार घेतात.

ही चर्चासत्रे फक्त उद्योगांसाठीच नव्हते तर सरकारी कर्मचारी आणि धर्मादाय संस्थाच्या कर्मचाऱ्यांसाठीही आयोजित केली जातात. आपल्या विद्यार्थी नेत्यांना बाहेरच्या जगासाठी तयार करण्यासाठी अगदी विद्यालयेही असे परिसंवाद आयोजित करीत असतात.

मास्टर माइंडच्या वापराने किती सृजनशील विचार करता येतो याची ही केवळ एक झलक आहे. ज्याच्यापाशी निश्चित मुख्य उद्दीष्ट्य आहे त्यांच्या कल्पनाशक्तीला केवळ अवकाशाचीच मर्यादा आहे!

तुमच्या मनावर असणाऱ्या मर्यादांचे वर्णन डॉ. हिल यांच्या प्रसिध्द सुभाषिताने करायचे तर :

'तुमचे मन ज्याची कल्पना करू शकेल आणि ज्यावर विश्वास ठेवू शकेल, ते सर्व तुम्ही खात्रीने प्राप्त करू शकाल.'

मनोगत

तुम्ही स्वत:ला आता वेगळ्या दृष्टीने पाहू शकता का? तुम्ही जगाकडे वेगळ्या दृष्टीने पाहू शकता का?

खरे तर तुम्ही हे पुस्तक वाचायाला सुरूवात केलीत तेव्हाचे तुम्ही आणि मुलभूतरित्या तेव्हाचे जग आत्ताही सारखेच आहेत. पण आता तुम्हाला त्यातील एक दुसऱ्याला कसा बदलू शकतो ते समजले असेल.

ज्या रिती सुरूवातीस विकारशुन्य वाटत होत्या त्या बदलण्याचा अंदाजही करता येणार नाहीत, अशा अनेक मार्गांची उदाहरणे देण्यासाठी या पुस्तकात डॉ. हिल यांच्या भूतकाळातील अनेक अनुभव सांगितलेले आहेत. जी माणसे एके काळी प्रसिध्दीच्या शिखरावर होती ती अंधुकतेच्या गर्तेत लोटली गेली आहेत. दैनंदिन सवयी लोप पावल्या आहेत. महान संस्था उदयाला आल्या आणि लयाला गेल्या. उत्तुंग इमारती उभ्या राहिल्या आणि पत्त्यांच्या बंगल्यांप्रमाणे कोसळल्या.

हे सर्व बदल अनमानधपक्याने नव्हे तर – चांगल्यासाठी म्हणा की वाईटासाठी – माणसाच्या चातुर्याने झाले. नेपोलियन हिल यांनी या पुस्तकाचे हस्तलिखित जेव्हा पहिल्यांदा टंकलेखन यंत्रावर बडवले त्यानंतर आजचे जग, ज्वलंत अभिलाषेत परिवर्तीत झालेल्या आणि निश्चित कृतीमधून अभिव्यक्त झालेल्या, अनेक माणसांच्या मनातील स्वप्नांनी बदलून टाकले.

जग बदलतच राहील. आपणही आपल्या आयुष्यावर परिणाम करणारे बदल

घडवू शकतो, असा विचारही करण्यास प्रवृत्त न होणारी बहुतांश माणसे या बदलांनी झपाट्याने वाहून जातील. तुम्ही जे वाचलेत त्यामुळे इतका बदल तर तुमच्यात होईल की इतर लोक जग बदलत आहेत पण आपण त्यात सहभागी नाही, याची बोचरी जाणीव तुम्हाला नक्कीच होईल.

पण तेवढेच समजून थंड बसण्याची गरज नाही.

खूप अधिक काहीतरी करण्याची ज्वलंत अभिलाषा बाळगण्यासाठी अनेक कारणे आहेत.

त्या ज्वलंत अभिलाषेचा प्रारंभ तुमच्यात आहे. त्या निखाऱ्यावर फुंकर घाला आणि काहीतरी सृजनात्मक करा. असे काहीतरी, जे तुमच्या भीतीची आणि संकोचाची आहुती घेईल आणि तुमच्या स्वप्नांना इंधन पुरवेल. त्या शक्तीचा उपयोग करून येथे तुम्ही शिकलेल्या कल्पनांवर कृती करण्यासाठी सिध्द व्हा.

सफलतेच्या वारूवर स्वार होण्यासाठी तुम्ही सज्ज आहात.

तर मग वाट कशाची पहाताय?

१९४६मध्ये प्रस्थापित झालेले जयको पब्लिशिंग हाऊस हे जगाचा कायापालट करणाऱ्या श्री श्री परमहंस योगनंद, ओशो, द दलाई लामा, श्री श्री रविशंकर, सद्गुरू, रॉबिन शर्मा, दीपक चोप्रा, जॅक कॅन्फिल्ड, एकनाथ ईश्वरण, देवदत्त पट्टनायक, खुशवंत सिंग, जॉन मॅक्सवेल, ब्रियान ट्रेसी आणि स्टीफन हॉकिंग यांसारख्या लेखकांचे घर आहे.

आमचे संस्थापक कै. जमन शहा यांनी पुस्तक वितरण कंपनी म्हणून जयकोची स्थापना केली. स्वातंत्र्यदिन जवळ येत असल्याचे जाणवून त्यांनी चोखपणे त्यांच्या कंपनीचे नाव जयको (हिंदीत 'जय' म्हणजे विजय) ठेवले. किफायतशीर दरातील पुस्तकांच्या मागणीची सेवा पुरवण्यासाठी श्री. शहा यांनी जयकोची स्वतःची प्रकाशने सुरू केली. जयको ही इंग्रजी भाषेतील कागदी बांधणीच्या पुस्तकांची भारतातील पहिली प्रकाशन कंपनी होती.

स्वावलंबन, धर्म आणि तत्वज्ञान, बुद्धी / शरीर / आत्मा तसेच व्यावसायिक पुस्तके ही आमच्या ललितेतर वाङ्मयाचा भाग आहेत. त्याचसोबत आम्ही प्रवास, चालू घडामोडी, आत्मचरित्रे तसेच प्रसिद्ध विज्ञान पुस्तकांचेही प्रकाशन करतो. आमच्या भारत तसेच जगभरातील तरुणाईच्या ताज्या प्रतिभेच्या पुस्तकांतून लोकप्रसिद्ध ललित वाङ्मयावर असलेला आमचा भर दिसून येतो. सध्याच प्रस्थापित झालेला जयकोचा भाषांतर विभाग निवडक इंग्रजी मजकुराचे नऊ प्रादेशिक भाषांमध्ये भाषांतर करतो.

प्रकाशक तसेच स्वतःच्या पुस्तकांचे वितरक असण्याबरोबरच जयको आघाडीच्या आंतरराष्ट्रीय आणि भारतीय प्रकाशकांच्या पुस्तकांची राष्ट्रीय वितरकही आहे. मुंबईत मुख्यालय असलेल्या जयकोच्या अहमदाबाद, बँगलोर, चेन्नई, दिल्ली, हैद्राबाद आणि कोलकत्ता येथे शाखा तसेच विक्री कार्यालये आहेत.

Visit our Website

Scan QR Code